ENDALA TÚN FISK SALATIÐ

Lyftu smekk þínum með 100 óvenjulegum túnfisksalati

Ragnar Waage

Höfundarréttarefni ©2024

Allur réttur áskilinn

Engan hluta þessarar bókar má nota eða senda á nokkurn hátt eða á nokkurn hátt án skriflegs samþykkis útgefanda og höfundarréttarhafa, nema stuttar tilvitnanir sem notaðar eru í umsögn. Þessi bók ætti ekki að koma í staðinn fyrir læknisfræðilega, lögfræðilega eða aðra faglega ráðgjöf.

EFNISYFIRLIT

EFNISYFIRLIT **3**
KYNNING **6**
TÚNFISKSALATBITA OG SAMALOKA **7**
   1. Sólþurrkaðir tómatar og túnfisksalatssamloka 8
   2. Túnfisksalat á kex 10
   3. Túnfisksalatsamlokur með gúrku 12
   4. Túnfisksalat af avókadó í litlum pítuvösum 15
   5. Túnfisksalat Salat umbúðir 17
   6. Reykt kjúklingabaunatúnfisksalat 19
   7. Bragðast eins og túnfisksalatsamlokur 21
   8. Túnfisksalatbátar _ _ 23
   9. Túnfisk- og ólífusalatsamloka 25
  10. Skeljasalat með túnfiski 27
TÚNFISKSALATSSKÁLAR **29**
  11. Tuna Sushi Bowl s með Mango 30
  12. Kaisen (ferskt sashimi á hrísgrjónaskál) 32
  13. Túnfiskur með avókadó sushi skál 34
  14. Kryddaður túnfiskur sushi skál 36
  15. Afbyggt Spicy Tuna Sushi Bowl 38
  16. Seared Tuna Sushi Bowl s 40
  17. Kryddaður Túnfiskur og Radish Sushi Bowl 42
  18. Túnfiskur og vatnsmelóna sushi skál 44
AHI TÚNFUNDSSALÖT **46**
  19. Ahi túnfisksalat 47
  20. Ahi Tuna Tataki salat með sítrónu Wasabi dressingu 49
  21. Yndislegt lagskipt túnfisksalat 51
BLÚFINGTÚNFUNDSSALAT **53**
  22. Steikt bláuggatúnfisksalat Niçoise 54
  23. Bláuggatúnfiskur með ólífu og kóríanderbragði 56
  24. Miðjarðarhafs bláuggatúnfisksalat 58
TÚNFISKSTEIK SALAT **60**
  25. Afbyggt Nicoise salat 61
  26. Túnfisk- og hvítbaunasalat 63
  27. Grillað estragon túnfisksalat 66
  28. Grillað túnfiskur Nicoise salat 68
  29. Laufsalat og grillað túnfisksalat 70
  30. Piparðar túnfisksteikur með salati að kóreskum stíl 72
  31. Steikt ferskt túnfisksalat 74
ALBACORE TÚNFISKSALÖT Í DÓS **77**
  32. Albacore Banana Ananas Salat 78

33. Albacore pastasalat 80
34. Túnfisknúðlusalat 82
35. Chow Mein túnfisksalat 84
36. Mostaccioli salat Nicoise 86
37. Hringnúðla og pimentó túnfisksalat ...88
38. Þeytið túnfisksalat 90
39. Makkarónur túnfisksalat 92
40. Nakið snjóbaunatúnfisksalat 94
41. Neptúnus salat 96
42. Rjómalöguð pipar og tómat túnfisk salat ...98
43. Olio Di Oliva túnfisksalat 100
44. Túnfisk Tortellini salat 102
45. Túnfisksalat í miðbænum 104

ÖNNUR NIÐURSOÐIN TÚNFISKSALAT 106
46. Sólþurrkaðir tómatar og túnfisksalat ...107
47. Ítalskt túnfisksalat 109
48. Asískt túnfisksalat 111
49. Rómverskt túnfisksalat 113
50. Lágkolvetna forréttur Túnfisksalat ...115
51. Undirbúningur fyrir túnfisksalat ...117
52. Kiwi og túnfisk salat 119
53. Antipasto túnfisk salat 121
54. Túnfisksalat með þistilhjörtum og þroskuðum ólífu ...123
55. Hringmakkarónur túnfisksalat 125
56. Avókadó salat með túnfiski 127
57. Barcelona hrísgrjónatúnfisksalat ...129
58. Kalt túnfiskpastasalat með Bowtie Mac ...131
59. Túnfisksalat úr svörtum baunum 133
60. Brún hrísgrjón og túnfisk salat ...135
61. Kjúklingabaunatúnfisksalat 137
62. Saxað salat með túnfiski 139
63. Klassískt salat Nicoise með túnfiski ...141
64. Kúskús kjúklingabauna- og túnfisksalat ...143
65. Túnfisk-, ananas- og mandarínusalat ...145
66. Ferskt túnfisk- og ólífusalat 147
67. Túnfisk avókadó sveppir og mangó salat ...150
68. Grískt rófa og kartöflusalat 152
69. Túnfisksalat í grískum stíl 154
70. Makkarónusalat í Hawaiian stíl 156
71. Heilbrigt spergilkál túnfisksalat ...158
72. Blandað bauna- og túnfisksalat 160
73. Ítalsk Antipasto salatskál 162
74. Japanskt Túnfisk Harusume salat ...164
75. Túnfisk- og ansjósusalat Nicoise ...166

76. Afgangur af Mac Salat í Túnfisk hádegismat 168
77. Soðið egg og túnfisksalat 170
78. Miðjarðarhafs Túnfiskur Antipasto salat 172
79. Miðjarðarhafs túnfisksalat 174
80. Hlaðið Nicoise salat 176
81. Epla-, trönuberja- og eggjatúnfisksalat 178
82. Pasta salat með grilluðum túnfiski og tómötum 180
83. Penne salat með þremur kryddjurtum, kapers og túnfiski 182
84. Bauna-, hýðishrísgrjóna- og túnfisksalat 184
85. Kartöflusalat með túnfiski 186
86. Gamaldags túnfisksalat 188
87. Risotto hrísgrjónasalat með þistilhjörtum, ertum og túnfiski 190
88. Sweet N Nutty Tuna Salat 192
89. Tuna Mac Salat 194
90. Tangy N Tart túnfisksalat 196
91. Fitulítið ítalskt túnfisksalat 198
92. Túnfiskspínat salat 200
93. Túnfiskur Pipar Pasta Salat 202
94. Túnfiskur eplasalat 204
95. Túnfisk avókadó og 4 bauna pasta salat 206
96. Túnfiskur Orzo salat 208
97. Túnfisk tómat og avókadó salat 210
98. Túnfisk Waldorf salat með eplum 212
99. Túnfisk- og kjúklingasalat með pestói 214
100. Ziti túnfisk salat 216

NIÐURSTAÐA 218

KYNNING

Verið velkomin í „ENDALA TÚN FISK SALATIÐ", samantekt af 100 óvenjulegum sköpunarverkum sem eru hönnuð til að lyfta smekk þínum og endurskilgreina hið klassíska túnfisksalat. Þessi matreiðslubók er leiðarvísir þinn til að kanna fjölhæfni, bragði og sköpunargáfu sem hægt er að setja inn í þennan ástsæla rétt. Farðu með okkur í matreiðsluferð sem fer fram úr venjulegu, umbreytir túnfisksalati í óvenjulega og yndislega upplifun.

Ímyndaðu þér heim þar sem túnfisksalat verður striga fyrir matreiðslulist, með fjölbreytt úrval af hráefnum, áferð og bragði til ráðstöfunar. "ENDALA TÚN FISK SALATIÐ" er ekki bara safn uppskrifta; það er könnun á þeim möguleikum sem skapast þegar þú sameinar hágæða túnfisk með nýstárlegu hráefni. Hvort sem þú ert áhugamaður um túnfisksalat eða einhver sem vill endurmynda þennan klassíska rétt, þá eru þessar uppskriftir unnar til að hvetja til sköpunar og fullnægja matarþrá þinni.

Allt frá ljúffengum miðjarðarhafsívafi til asískrar sælgætis, og frá ljúffengum próteinpökkuðum skálum til hressandi sumartilfinninga, hver uppskrift er hátíð þeirrar fjölbreyttu leiða sem hægt er að finna upp á ný túnfisksalat. Hvort sem þú ert að skipuleggja léttan hádegisverð, líflegan kvöldverð eða einfaldlega að leita að ánægjulegu snarli, þá er þessi matreiðslubók þín uppspretta til að taka túnfisksalat í nýjar hæðir.

Vertu með þegar við endurskilgreinum mörk túnfisksalats, þar sem hver sköpun er vitnisburður um endalausa möguleika og ljúffengu samsetningar sem bíða í eldhúsinu þínu. Svo, safnaðu ferskum þínum hráefni, faðmaðu sköpunargáfu þína og við skulum leggja af stað í matreiðsluævintýri í gegnum "ENDALA TÚN FISK SALATIÐ."

TÚNFISKSALATBITA OG SAMALOKA

1.Sólþurrkaðir tómatar og túnfisksalatssamloka

HRÁEFNI:
- 2 brauðsneiðar
- 1 dós túnfiskur, tæmd
- 2 msk saxaðir sólþurrkaðir tómatar
- 1 msk majónesi
- 1 tsk Dijon sinnep
- Salt og pipar eftir smekk

LEIÐBEININGAR:

a) Blandið saman túnfiski, majónesi, Dijon sinnepi, salti og pipar í lítilli skál.

b) Bætið sólþurrkuðum tómötum ofan á eina brauðsneið.

c) Dreifið túnfiskblöndunni ofan á sólþurrkuðu tómatana.

d) Toppið með seinni brauðsneiðinni.

2.Túnfisksalat á kex

HRÁEFNI:
- 7 aura dós Túnfiskur
- 3 matskeiðar Canola olía
- ¼ bolli vatnskastanía, saxaðar
- 1 1/2 msk rauðlaukur, smátt saxaður
- 1/2 tsk sítrónupipar
- 1/4 tsk þurrkað dill illgresi
- 16 Kex
- 2 græn blaða salatblöð, rifin
- Ferskt dill, til skrauts

LEIÐBEININGAR:

a) Setjið túnfiskinn í blöndunarskál og stappið saman í bita sem óskað er eftir.

b) Bætið majónesinu, kastaníuhnetum, lauknum, sítrónupiparnum og dillinu saman við og blandið þar til það hefur blandast saman.

c) Setjið stykki af rifnu salati ofan á hverja kex og toppið síðan með 1 msk túnfisksalati.

d) Skreytið með stykki af fersku dillgresi ef vill. Berið fram.

3.Túnfisksalatsamlokur með gúrku

HRÁEFNI:
- 2 langar, enskar gúrkur
- 1 matskeið af rauðvínsediki
- 1/4 af venjulegri jógúrt
- 1/4 af söxuðu dilli
- 1/4 af selleríblöðum
- 1 matskeið af extra virgin ólífuolíu
- Kosher salt
- Nýmalaður svartur pipar
- 2 sneiðar laukur
- 2 matskeiðar af majónesi
- 1 stilkur af sneiðum selleristöngli
- 1/2 tsk af sítrónuberki
- 2 fimm aura dósir af léttum túnfiski, tæmdar
- 1/2 bolli alfalfa spíra

LEIÐBEININGAR:

a) Undirbúið gúrkurnar. Þú hefur tvo möguleika til að útbúa gúrkurnar, sem verða notaðar í staðinn fyrir brauðið fyrir þessa túnfisksamloku. Ef þú ert að búa til forréttasamlokur, ættir þú einfaldlega að afhýða og skera síðan gúrkuna lárétt, í kvarttommu sneiðar. Þessi valkostur mun gefa þér meiri fjölda smærri túnfisksamloka. Að öðrum kosti, ef þú vilt búa til túnfisksamloku undir stíl, geturðu helmingað gúrkurnar eftir endilöngu. Taktu síðan fræin og holdið út til að búa til litla báta, þar sem þú setur túnfiskblönduna. Stingið aðeins í innan með gaffli, þannig að gúrkan dregur í sig meira af bragðinu.

b) Blandið vínaigrettunni saman við. Þeytið sinnep, edik, salt og svartan pipar í meðalstóra skál. Þeytið síðan ólífuolíunni rólega út í. Að lokum er vínaigrettunni hellt yfir gúrkuna.

c) Gerðu túnfiskfyllinguna. Byrjaðu á því að tæma túnfiskinn. Skolaðu það vel með köldu vatni og settu það síðan til hliðar. Í lítilli skál, þeytið majónesi, jógúrt, dill, sellerílauf, lauk, sellerí, sítrónubörk, fjórðung teskeið af salti og klípa af svörtum pipar. Settu túnfisknum í skálina og blandaðu síðan saman til að sameina allt hráefnið.

d) Setjið saman samlokurnar. Ef þú ert að búa til forréttaútgáfuna skaltu setja smá túnfiskblöndu og svo nokkra spíra ofan á hverja gúrkusneið.

e) Bætið síðan annarri sneið ofan á fyrir litla sæta samloku.

f) Ef þú ert að búa til túnfisksamloku undir stíl skaltu fylla gúrkubátana með túnfiskblöndunni og bæta síðan spírunum við. Bætið hinum helmingnum af gúrkunni ofan á. Borðaðu og njóttu!

4.Túnfisksalat af avókadó í litlum pítuvösum

HRÁEFNI:
- 1 dós túnfiskur, tæmd
- 1 þroskað avókadó, maukað
- ¼ bolli sneið sellerí
- ¼ bolli niðurskorinn rauðlaukur
- 1 matskeið sítrónusafi
- Salt og pipar eftir smekk
- Lítil pítu vasar

LEIÐBEININGAR:

a) Blandið saman túnfiski, maukuðu avókadó, sneiðum sellerí, hægelduðum rauðlauk, sítrónusafa, salti og pipar í skál.

b) Hrærið vel saman þar til öll innihaldsefnin hafa blandast jafnt inn.

c) Skerið litlu pítuvasana í tvennt til að búa til vasa.

d) Settu avókadó-túnfisksalatið í litlu pítuvasana.

e) Pakkaðu avókadó túnfisksalatinu í smá pítuvasa í nestisbox.

5.Túnfisksalat Salat umbúðir

HRÁEFNI:
- 2 túnfiskdósir, tæmdar
- ¼ bolli paleo-vænt majónesi
- 2 matskeiðar saxað sellerí
- 2 matskeiðar saxaður rauðlaukur
- 2 tsk Dijon sinnep
- Salt og pipar, eftir smekk
- Stór salatblöð (td ísjaki eða Romaine)

LEIÐBEININGAR:

a) Í skál skaltu sameina tæmd túnfisk, paleo-vænt majónesi, saxað sellerí, saxaðan rauðlauk og Dijon sinnep.
b) Blandið vel saman og kryddið með salti og pipar eftir smekk.
c) Leggðu út salatblöðin sem umbúðir.
d) Fylltu hvert lauf með túnfisksalatblöndunni.
e) Rúllið upp salatblöðunum til að búa til umbúðir.

6.Reykt kjúklingabaunatúnfisksalat

HRÁEFNI:
KIKKERTÚNFÖR:
- 15 únsur. af soðnum kjúklingabaunum niðursoðinn eða annað
- 2-3 matskeiðar mjólkurlaus jógúrt eða vegan majó
- 2 tsk Dijon sinnep
- 1/2 tsk malað kúmen
- 1/2 tsk reykt paprika
- 1 msk ferskur sítrónusafi
- 1 sellerístilkur skorinn í teninga
- 2 laukar saxaðir
- Sjávarsalt eftir smekk

SAMKOMULAGSAMSETNING:
- 4 stykki af rúgbrauði eða spíruðu hveitibrauði
- 1 bolli ungbarnaspínat
- 1 avókadó skorið eða í teninga
- Salt + pipar

LEIÐBEININGAR:
a) Útbúið kjúklingabaunatúnfisksalatið
b) Í matvinnsluvél, púlsaðu kjúklingabaunirnar þar til þær líkjast grófri, mylsnu áferð. Hellið kjúklingabaununum í meðalstóra skál og setjið afganginn af virku innihaldsefnunum saman við og hrærið þar til þær eru vel blandaðar. Kryddið með miklu sjávarsalti eftir eigin smekk.
c) Búðu til samlokuna þína
d) Leggðu barnaspínatið á hverja brauðsneið; bæta við nokkrum hrúgum af kjúklingabaunatúnfisksalati, dreift jafnt yfir. Toppið með avókadósneiðum, nokkrum kornum af sjávarsalti og nýmöluðum pipar.

7.Bragðast eins og túnfisksalatsamlokur

HRÁEFNI:
- 11/2 bolli soðnar eða 1 (15,5 únsu) dós kjúklingabaunir, tæmd og skoluð
- 2 sellerí rif, söxuð
- 1/4 bolli hakkaður laukur
- 1 tsk kapers, tæmd og saxuð
- 1 bolli vegan majónes
- 2 tsk ferskur sítrónusafi
- 1 tsk Dijon sinnep
- 1 tsk þaraduft
- 4 salatblöð
- 4 sneiðar þroskaðir tómatar
- Salt og pipar
- Brauð

LEIÐBEININGAR:

a) Í meðalstórri skál, maukið kjúklingabaunirnar gróft. Bætið selleríinu, lauknum, kapers, 1/2 bolla af majónesi, sítrónusafa, sinnepi og þaradufti út í. Kryddið með salti og pipar eftir smekk. Blandið þar til það hefur blandast vel saman. Lokið og kælið í að minnsta kosti 30 mínútur til að leyfa bragðinu að blandast saman.

b) Þegar þú ert tilbúinn til framreiðslu skaltu dreifa afganginum af 1/4 bolla majónesi á 1 hlið hverrar brauðsneiðar. Leggið salat og tómata á 4 af brauðsneiðunum og skiptið kjúklingabaunum jafnt á milli þeirra. Toppið hverja samloku með brauðsneiðinni sem eftir er, með majónesi niður, skerið í tvennt og berið fram.

8.Túnfisksalatbátar

HRÁEFNI:
- 6 heilar dillsúrur eða 2 stórar heilar súrum gúrkum
- 5 únsur. klumpur af hvítum túnfiski
- ¼ bolli majónesi
- ¼ bolli niðurskorinn rauðlaukur
- 1 tsk sykur eða hunang

LEIÐBEININGAR:

a) Skerið heilar súrum gúrkur í tvennt frá enda til enda, langsum. Notaðu skeið eða skurðhníf til að skera eða skafa innan úr hvorri hlið súrum gúrkum til að búa til bátsform með gúrkuhúðinni sem eftir er.

b) Saxið upp skafið innan úr og setjið í blöndunarskál. Notaðu pappírshandklæði til að drekka upp aukasafa úr súrsuðubátunum og hakkað í bita.

c) Tæmdu túnfiskinn vandlega og bættu í skálina. Þrýstu með gaffli til að saxa stóra bita. Bætið við majónesi, rauðlauk, söxuðum súrum gúrkum og sykri eða hunangi (valfrjálst) og blandið vel saman til að mynda túnfisksalatið.

d) Skeið túnfisksalati í hvern súrum gúrkubát. Kælið og berið fram eða berið fram strax.

9.Túnfisk- og ólífusalatsamloka

HRÁEFNI:
FYRIR TÚNFUNDSSALAT:
- 1/4 bolli majónesi
- 2 matskeiðar ferskur sítrónusafi
- 2 (6-oz) dósir ljós túnfiskur pakkað í ólífuolíu, tæmd
- 1/2 bolli söxuð ristuð rauð paprika á flöskum
- 10 Kalamata eða aðrar saltlagðar svartar ólífur, gryttar og skornar eftir endilöngu í strimla
- 1 stórt sellerí rif, saxað
- 2 matskeiðar smátt saxaður rauðlaukur
- Pepperoncini papriku (tæmd og gróft hakkað) - valfrjálst

FYRIR SAMORKU:
- 1 (20 til 24 tommu) baguette
- 2 matskeiðar ólífuolía
- Grænt laufsalat (uppáhaldið þitt)

LEIÐBEININGAR:
GERÐU TÚNFISKSALAT:
a) Þeytið saman majónesi og sítrónusafa í stórri skál.
b) Bætið restinni af salatinu saman við og hrærið varlega saman við. Kryddið með salti og pipar.

SAMLAÐU SAMANKOMUR:
c) Skerið baguette í 4 jafn langar og helminga hvert stykki lárétt.
d) Penslið afskornar hliðar með olíu og kryddið með salti og pipar.
e) Búðu til samlokur með baguette, salati og túnfisksalati.

10. Skeljasalat með túnfiski

HRÁEFNI:
- 8 aura skeljarmakkarónur, ósoðnar
- 1 bolli rifin gulrót
- 3/4 bolli niðurskorinn grænn pipar
- 2/3 bolli sneið sellerí
- 1/2 bolli hakkað grænn laukur
- 1 6 1/8 aura dós túnfiskur í vatni, tæmd og flöguð
- 1/4 bolli auk 2 matskeiðar fitusnauðrar jógúrt
- 1/4 bolli kaloríasnautt majónes
- 1/4 tsk sellerífræ
- 1/4 tsk salt
- 1/4 tsk pipar
- Hrokkið laufsalat

LEIÐBEININGAR:
a) Eldið makkarónur samkvæmt leiðbeiningum á pakka, slepptu salti og fitu; holræsi. Skolið með köldu vatni og skolið vel af.
b) Sameina makkarónur, gulrót og næstu 4 hráefni; kastaðu varlega.
c) Sameina jógúrt og næstu 4 hráefni; hrærið vel. Bætið við pastablönduna, hrærið varlega. Lokið og kælið vandlega.
d) Til að bera fram, setjið pastablönduna á salatfóðraðar salatplötur með skeið.

TÚNFISKSALATSskálar

11. Tuna Sushi Bowl s með Mango

HRÁEFNI:
- 60 ml sojasósa (¼ bolli + 2 matskeiðar)
- 30 ml jurtaolía (2 matskeiðar)
- 15 ml sesamolía (1 matskeið)
- 30 ml hunang (2 matskeiðar)
- 15 ml Sambal Oelek (1 matskeið, sjá athugasemd)
- 2 tsk ferskur rifinn engifer (sjá athugasemd)
- 3 laukar, þunnar sneiðar (hvítir og grænir hlutar)
- 454 grömm sushi-gráðu ahi túnfiskur (1 pund), skorinn í ¼ eða ½ tommu bita
- 2 bollar sushi hrísgrjón, soðin samkvæmt leiðbeiningum á pakka (skipta út fyrir önnur hrísgrjón eða korn)

VALFRJÁLST ÁLEGG:
- Niðurskorið avókadó
- Sneidd agúrka
- Edamame
- Súrsett engifer
- Saxað mangó
- Kartöfluflögur eða wonton hrökk
- sesamfræ

LEIÐBEININGAR:
a) Í meðalstórri skál, þeytið saman sojasósu, jurtaolíu, sesamolíu, hunangi, Sambal Oelek, engifer og lauk.
b) Bætið túnfisknum í hægeldunum út í blönduna og blandið saman. Leyfðu blöndunni að marinerast í ísskápnum í að minnsta kosti 15 mínútur, eða allt að 1 klukkustund.
c) Til að bera fram skaltu ausa sushi hrísgrjónum í skálar, toppa með marineruðum túnfiski og bæta við áleggi sem þú vilt.
d) Auka sósa verður til að dreyfa yfir áleggið; berið það fram til hliðar.

12. Kaisen (ferskt sashimi á hrísgrjónaskál)

HRÁEFNI:
- 800 g (5 bollar) krydduð sushi hrísgrjón

ÁFLYTTIR
- 240 g (8½ oz) sashimi-gæða lax
- 160 g (5½ oz) sashimi-gæða túnfiskur
- 100 g (3½ oz) sashimi-gæða sjóbirtingur
- 100 g (3½ oz) soðnar rækjur (rækjur)
- 4 rauðar radísur, rifnar
- 4 shiso lauf
- 40 g (1½ oz) laxahrogn

AÐ ÞJÓNA
- súrsuðu engifer
- wasabi mauk
- soja sósa

LEIÐBEININGAR:
a) Skerið laxaflakið í 16 sneiðar og túnfiskinn og sjóbirtinginn hver í 12 sneiðar. Vertu viss um að sneiða þvert yfir kornið til að tryggja að fiskurinn sé mjúkur.
b) Til að bera fram, skiptið sushi hrísgrjónunum á milli fjögurra stakra skála og fletjið yfirborð hrísgrjónanna út. Toppið með laxi, túnfiski, sjóbirtingi og rækjum (rækjum), raðað í sneiðar sem skarast.
c) Skreytið með rifnum rauðum radísum, shiso laufum og laxahrognum.
d) Berið fram með súrsuðu engifer sem gómhreinsiefni og wasabi og sojasósu eftir smekk.

13.Túnfiskur með avókadó sushi skál

HRÁEFNI:
- 1 avókadó, afhýtt og steinhreinsað
- nýkreistur safi úr 1 lime
- 800 g (5 bollar) krydduð brún sushi hrísgrjón
- 1 skalottlaukur eða rauðlaukur, smátt saxaður og bleytur í vatni
- handfylli af blönduðum salatlaufum
- 2 msk skalottlaukur (valfrjálst)

TÚNFISKUR
- 1 matskeið rifinn hvítlaukur
- 1 matskeið rifinn engifer
- 2 matskeiðar jurtaolía
- 500 g (1 lb 2 oz) sashimi-gæða túnfisksteikur sjávarsalt og nýmalaður svartur pipar

KLÆÐINGAR
- 4 matskeiðar hrísgrjónaedik
- 4 matskeiðar létt sojasósa
- 4 matskeiðar mirin
- 4 tsk ristað sesamolía
- nýkreistur safi úr 1 lime
- 1 tsk sykur
- klípa af salti

LEIÐBEININGAR:

a) Til að undirbúa túnfiskinn skaltu blanda saman hvítlauk, engifer og olíu í lítilli skál. Dreifið þessu á báðar hliðar hverrar túnfisksteikar, kryddið síðan með salti og pipar.

b) Hitið pönnu og steikið túnfisksteikurnar í 1 mínútu á hvorri hlið fyrir sjaldgæft.

c) Látið túnfiskinn kólna og skerið hann síðan í 2 cm (¾-in) teninga.

d) Til að gera dressinguna skaltu sameina öll hráefnin.

e) Skerið avókadóið í stóra teninga, kreistið síðan limesafann yfir til að koma í veg fyrir að holdið verði brúnt.

f) Setjið brúnu sushi hrísgrjónin í skálar og toppið með túnfiskteningum, avókadó, skalottlaukur eða rauðlauk og blönduðum laufum. Hellið dressingunni yfir rétt áður en hún er borin fram. Toppið með skalottlauksflögum, ef það er notað, fyrir auka marr.

14.Kryddaður túnfiskur sushi skál

HRÁEFNI:
FYRIR TÚNFISKINN:
- 1/2 pund sushi-gráðu túnfiskur, skorinn í 1/2 tommu teninga
- 1/4 bolli skorinn laukurlaukur
- 2 matskeiðar minni natríum sojasósa eða glútenlaus tamari
- 1 tsk sesamolía
- 1/2 tsk sriracha

FYRIR SPICY MAYO:
- 2 matskeiðar létt majónesi
- 2 tsk sriracha sósa

FYRIR SKÁLINA:
- 1 bolli soðin stuttkornin hefðbundin sushi-grjón eða sushi-hvít hrísgrjón
- 1 bolli gúrkur, skrældar og skornar í 1/2 tommu teninga
- 1/2 miðlungs Hass avókadó (3 aura), sneið
- 2 laukar, skornir til skrauts
- 1 tsk svört sesamfræ
- Minnkað natríum soja eða glútenlaust tamari, til að bera fram (valfrjálst)
- Sriracha, til að bera fram (valfrjálst)

LEIÐBEININGAR:
a) Blandið majónesi og sriracha saman í litla skál, þynnið með smá vatni til að dreypa.
b) Í meðalstórri skál, blandaðu saman túnfiski með lauk, sojasósu, sesamolíu og sriracha. Hrærið varlega til að blanda saman og setjið til hliðar á meðan þú útbýr skálarnar.
c) Leggðu helminginn af hrísgrjónunum, helminginn af túnfiskinum, avókadóinu, gúrkunni og lauknum í tvær skálar.
d) Stráið krydduðu majói yfir og stráið sesamfræjum yfir. Berið fram með auka sojasósu til hliðar, ef vill.
e) Njóttu djörfs og kryddlegs bragðs af þessari yndislegu Spicy Tuna Sushi Bowl!

15. Afbyggt Spicy Tuna Sushi Bowl

HRÁEFNI:

- 1 bolli sushi hrísgrjón, soðin
- 1/2 bolli kryddaður túnfiskur, saxaður
- 1/4 bolli edamame baunir, gufusoðnar
- 1/4 bolli radísur, þunnar sneiðar
- Sriracha mayo til að drekka
- Avókadó sneiðar til skrauts
- Sesamfræ til áleggs

LEIÐBEININGAR:

a) Dreifið soðnum sushi hrísgrjónum í skál.
b) Setjið saxaðan sterkan túnfisk, gufusoðnar edamame baunir og sneiðar radísur ofan á.
c) Dreypið Sriracha mayo yfir skálina.
d) Skreytið með avókadósneiðum og stráið sesamfræjum yfir.
e) Njóttu afbyggðu krydduðu sushiskálarinnar með túnfiski!

16. Seared Tuna Sushi Bowl s

HRÁEFNI:
FYRIR SKÁLINN
- 1 pund Irresistibles seared túnfiskur og Tataki
- Sushi hrísgrjón

FYRIR MARINADE
- ¼ bolli sætur laukur, þunnt sneið
- 1 rauðlaukur, skorinn í sneiðar (um ¼ bolli) auk meira til skrauts
- 2 hvítlauksgeirar, saxaðir
- 2 tsk svört sesamfræ, ristuð auk meira til skrauts
- 2 tsk kasjúhnetur (ristaðar og ósaltaðar), saxaðar og ristaðar
- 1 rauður chili saxaður auk meira til skrauts
- 3 matskeiðar sojasósa
- 2 matskeiðar sesamolía
- 2 tsk hrísgrjónaedik
- 1 tsk af lime safa
- 1 msk sriracha auk meira til framreiðslu
- ¼ tsk sjávarsalt
- ½ tsk rauð piparflögur (valfrjálst)

AUKA SKreytingarmöguleikar
- Sneidd agúrka
- Sneiddar radísur
- Niðurskorið hvítkál
- Þangflögur
- Saxað avókadó
- Edamame

LEIÐBEININGAR:
a) Blandið öllu hráefninu í marineringuna saman í stóra skál og bætið við steiktum túnfisksneiðum og blandið varlega til að hjúpa.
b) Lokið og kælið í 10-30 mínútur.
c) Takið úr ísskápnum og berið fram yfir hvítum hrísgrjónabeði ásamt skreytingum sem þið viljið og heitri sósu/sriracha til hliðar.

17.Kryddaður Túnfiskur og Radish Sushi Bowl

HRÁEFNI:

- 1 pund sushi-gráða túnfiskur, skorinn í teninga
- 2 msk gochujang (kóreskt rauð piparmauk)
- 1 msk sojasósa
- 1 msk sesamolía
- 1 tsk hrísgrjónaedik
- 1 bolli daikon radísa, söxuð
- 1 bolli baunir, sneiddar
- 2 bollar hefðbundin sushi hrísgrjón, soðin
- Grænn laukur til skrauts

LEIÐBEININGAR:

a) Blandið gochujang, sojasósu, sesamolíu og hrísgrjónaediki saman til að búa til sterka sósu.

b) Hellið túnfiskinum í hægeldunum út í kryddsósuna og kælið í 30 mínútur.

c) Settu saman skálar með hefðbundnum sushi hrísgrjónum sem grunn.

d) Toppið með marineruðum túnfiski, julienned daikon radish og sneiðum smábaunum.

e) Skreytið með söxuðum grænum lauk og berið fram.

18.Túnfiskur og vatnsmelóna sushi skál

HRÁEFNI:
- 1 pund sushi-gráða túnfiskur, í teningum
- 1/4 bolli kókos amínó (eða sojasósa)
- 2 msk lime safi
- 1 msk sesamolía
- 2 bollar vatnsmelóna, í teningum
- 1 bolli agúrka, sneidd
- 2 bollar hefðbundin sushi hrísgrjón, soðin
- Myntublöð til skrauts

LEIÐBEININGAR:
a) Þeytið saman kókos amínó, lime safa og sesamolíu fyrir marineringuna.
b) Setjið túnfisk í marineringuna og kælið í 30 mínútur.
c) Búðu til skálar með soðnum hefðbundnum Sushi hrísgrjónum sem grunn.
d) Toppið með marineruðum túnfiski, hægelduðum vatnsmelónu og sneiðum agúrku.
e) Skreytið með fersku myntulaufi og berið fram.

AHI TÚNFUNDSSALÖT

19.Ahi túnfisksalat

HRÁEFNI:

- 1 ahi túnfisksteik, 6 aura
- 2 tsk fimm kryddduft
- 1 tsk grillkrydd eða salt og grófur pipar
- Matreiðslusprey eða jurtaolía
- 5 aura blandað forþvegið barnasalat grænmeti
- 2 radísur, skornar í sneiðar
- 1/4 evrópsk agúrka, þunnar sneiðar
- 1/2 tsk wasabi-mauk
- 1 matskeið hrísgrjónaedik
- 1 matskeið sojasósa
- 3 matskeiðar jómfrúarolía
- Salt og nýmalaður svartur pipar

LEIÐBEININGAR:

a) Húðaðu túnfisksteikina með fimm kryddufti og grillkryddi.
b) Steikið túnfiskinn á hvorri hlið í 2 mínútur.
c) Blandið saman grænmeti, radísum og agúrku í skál.
d) Þeytið wasabi, edik og sojasósu í minni skál; bæta við olíu til að gera dressinguna.
e) Dreypið dressingu yfir salatið og blandið til að hjúpa.
f) Skerið túnfisk í sneiðar og raðið á salatið.

20. Ahi Tuna Tataki salat með sítrónu Wasabi dressingu

HRÁEFNI:
Sítrónu WASABI DRESSING:
- 1 lítill skalottur, afhýddur og skorinn í sneiðar
- 1-2 tsk tilbúið wasabi
- 2 matskeiðar sojasósa
- 2 matskeiðar ferskur sítrónusafi
- 1 matskeið mirin
- 2 matskeiðar hrísgrjónaedik
- 1 tsk yuzu safi
- Kornsykur, eftir smekk
- 4 matskeiðar canola olía

TÚNFISKUR:
- 12 aura ferskur ahi túnfiskur, sashimi gæði
- 2 tsk ichimi togarashi (eða muldar rauðar piparflögur)
- 1/2 tsk bleikt Himalayan salt
- 1 matskeið canola olía
- 1/2 bolli daikon radish spíra, til skrauts

SALAT:
- 4 bollar blandað asískt grænmeti
- 1 bolli frosið skeljað edamame, þiðnað
- 2 matskeiðar súrsað engifer, niðurskorið
- 1/2 agúrka, afhýdd, skorin í þunnar kylfur
- 1 lítill arfatómatur, skorinn í litla báta

LEIÐBEININGAR:

a) Bætið öllu hráefninu í dressinguna í blandara og blandið þar til slétt.

b) Kryddið túnfiskskammtana með togarashi og salti. Steikið túnfiskinn í rapsolíu og skerið í jafnar sneiðar.

c) Setjið grænmetið í blöndunarskál og kryddið létt með dressingu.

d) Dreifið salatinu á diska, toppið með súrsuðum engifer, edamame, gúrku og tómötum.

e) Raðið túnfisksneiðum í kringum og dreypið meiri dressingu yfir. Skreytið túnfiskinn með daikon spírum.

21. Yndislegt lagskipt túnfisksalat

HRÁEFNI:
- 2 klst slappleiki
- 1-1/2 lb fersk ahi túnfiskflök, skorin 1 tommu þykk
- 1 msk extra virgin ólífuolía
- 1-1/4 pund litlar nýjar Yukon Gold kartöflur, þunnar sneiðar
- 6 eyru ferskur maís
- 1 bolli hakkað ferskt kóríander
- 12 grænir laukar, sneiddir
- 1 jalapenó pipar, fræhreinsuð og skorin í sneiðar
- Lime dressing
- 1 meðalstór rauð sæt paprika, saxuð
- Chili duft
- Lime bátar (valfrjálst)

LIME DRESSING:
- 1/3 bolli ferskur lime safi
- 1/3 bolli extra virgin ólífuolía
- 1 tsk sykur
- 1/2 tsk salt

LEIÐBEININGAR:

a) Penslið túnfisk með ólífuolíu, stráið salti og pipar yfir, grillið síðan þar til hann er tilbúinn.

b) Eldið kartöflusneiðar þar til þær eru mjúkar. Skerið maís úr kolum.

c) Í lítilli skál skaltu sameina kóríander, grænan lauk og jalapeno; hylja og kæla.

d) Undirbúið lime dressing með því að þeyta lime safa, ólífuolíu, sykri og salti.

e) Brjótið túnfiskinn í bita og setjið jafnt í eldfast mót. Dreypið limedressingu yfir.

f) Bætið við kartöflum, maís og afganginum af dressingunni. Stráið salti og pipar yfir.

g) Lokið og kælið í 2-3 klst.

BLÚFINGTÚNFUNDSSALAT

22.Steikt bláuggatúnfisksalat Niçoise

HRÁEFNI:
SALAT
- 225 g litlar rauðar kartöflur
- 4 stór egg
- Stór handfylli blandað salat
- 400 g Dinko suðurbláuggatúnfiskur
- 200 g kirsuberjatómatar
- ½ bolli niçoise ólífur
- Salt og pipar

KLÆÐINGAR
- 1/3 bolli ólífuolía
- 1/3 bolli rauðvínsedik
- 1 msk Dijon sinnep

LEIÐBEININGAR:
a) Setjið ólífuolíu, rauðvínsedík og Dijon sinnep í glerkrukku og hristið.
b) Setjið egg í stóran pott og hyljið með vatni. Þegar vatnið nær hlaupandi suðu skaltu slökkva á brennaranum og láta standa í 10-15 mínútur. Sigtið vatnið úr pottinum, fyllið síðan með köldu vatni og leyfið að standa.
c) Afhýðið og fjórðu kartöflurnar, setjið í pott og hyljið síðan með vatni. Látið suðuna koma upp, lækkið síðan hitann og látið malla í 12 mínútur.
d) 4 Hitið stóra steypujárnspönnu yfir miðlungsháan hita, húðaðu síðan pönnu létt með matreiðsluúða.
e) Húðaðu Dinko Southern Bluefin Tuna steikur með salti og pipar, settu síðan túnfisk í pönnu. Steikið túnfiskinn í 2 mínútur á hvorri hlið. Leggið til hliðar og látið kólna.
f) Fjarlægðu egg úr vatni; afhýða og skera í tvennt eftir endilöngu.
g) Skerið túnfisksteikur þunnt þvert yfir kornið.
h) Blandið saman tómötum, ólífum, blönduðu salati og kartöflum í stóra skál. Blandið varlega saman við.
i) Skiptu salatblöndunni á fjóra diska; toppið með túnfisksneiðum og eggjum.
j) Dreifið dressingu yfir og berið fram.

23. Bláuggatúnfiskur með ólífu og kóríanderbragði

HRÁEFNI:

- 1 pund bláuggatúnfisksteik
- 3 Kirby gúrkur
- 1/2 bolli blandaðar ólífur með gryfju, skornar í 1/4 tommu teninga
- 1/4 bolli pakkað fersk kóríanderlauf
- 2 msk ferskur sítrónusafi, auk sítrónubáta til framreiðslu
- 1/4 bolli auk 2 matskeiðar extra virgin ólífuolía
- Gróft salt og nýmalaður pipar
- 2 msk ósaltað smjör

LEIÐBEININGAR:

a) Haldið gúrkur eftir endilöngu, ausið út og fargið fræjum, skerið síðan gúrkur í 1/4 tommu teninga.

b) Í lítilli skál skaltu sameina gúrkur, ólífur, kóríander, sítrónusafa og 1/4 bolli olíu; kryddið með salti og pipar. Setja til hliðar.

c) Kryddið túnfisksteik með salti og pipar. Hitið stóra, þunga pönnu (helst steypujárni) yfir hátt. Bæta við 2 msk olíu; þegar það byrjar að glitra skaltu bæta við túnfisksteik. Steikið í 1 mínútu, snúið svo við og eldið í 30 sekúndur í viðbót.

d) Bætið 2 msk smjöri út í, bræðið og eldið 1 mínútu í viðbót. Athugið: Okkur líkar við túnfiskurinn okkar sem er sjaldgæfur, ef þú vilt frekar að hann sé eldaður í meðallagi skaltu ekki hika við að bæta nokkrum mínútum við eldunartímann þinn.

e) Skerið túnfisksteik með beittum hníf meðfram hlutdrægninni og berið fram toppað með ólífubragði.

24. Miðjarðarhafs bláuggatúnfisksalat

HRÁEFNI:
- 1 pund ferskur bláuggatúnfiskur, sushi-flokkur
- 4 bollar blandað salatgrænmeti (ruccola, spínat og/eða karsa)
- 1 bolli kirsuberjatómatar, helmingaðir
- 1/2 agúrka, skorin í sneiðar
- 1/4 rauðlaukur, þunnt skorinn
- 1/4 bolli Kalamata ólífur, grófhreinsaðar
- 2 matskeiðar kapers
- 1/4 bolli fetaostur, mulinn
- 3 matskeiðar extra virgin ólífuolía
- 2 matskeiðar rauðvínsedik
- 1 tsk Dijon sinnep
- Salt og svartur pipar eftir smekk

LEIÐBEININGAR:
a) Skerið bláuggatúnfiskinn í hæfilega stóra teninga.
b) Kryddið túnfiskinn með salti og pipar.
c) Hitið pönnu eða grillpönnu við háan hita.
d) Steikið túnfiskbitana í 1-2 mínútur á hvorri hlið, hafðu miðjuna sjaldgæfa.
e) Takið af hitanum og látið standa í nokkrar mínútur áður en það er skorið í sneiðar.
f) Blandaðu saman salatgrænu, kirsuberjatómötum, agúrku, rauðlauk, ólífum og kapers í stóra skál.
g) Þeytið saman ólífuolíu, rauðvínsedik, Dijon sinnep, salt og pipar í lítilli skál.
h) Bætið sneiðum túnfiski út í salatið.
i) Dreypið dressingunni yfir salatið og blandið varlega saman til að blanda saman.
j) Stráið muldum fetaosti yfir.
k) Berið fram strax.

TÚNFISKSTEIK SALAT

25.Afbyggt Nicoise salat

HRÁEFNI:
- Túnfisksteikur - ein á mann, grillaðar með ólífuolíu, salti og pipar
- 2 nýjar kartöflur á mann
- 5-8 baunir á mann
- 10 ólífur á mann
- 1 mjúkt egg á mann
- Ansjósumajónes

LEIÐBEININGAR:
a) Sjóðið kartöflurnar og skerið í báta.
b) Flysjið mjúku eggin.
c) Blasaðu baunirnar.
d) Grillaðu túnfisksteikurnar.
e) Smíðið, endið með túnfisksteikunum ofan á.
f) Dreifið ansjósummajónesi yfir.

26. Túnfisk- og hvítbaunasalat

HRÁEFNI:
- 2 (15 aura) dósir cannellini eða stórar norðurbaunir, skolaðar og tæmdar
- 3 stórir Roma tómatar, fræhreinsaðir og saxaðir (um 1 1/2 bollar)
- 1/2 bolli saxaður fennel, geymir laufgaðir toppar
- 1/3 bolli saxaður rauðlaukur
- 1/3 bolli appelsínugul eða rauð paprika
- 1 matskeið af klipptum fennellaufum
- 1/4 bolli extra virgin ólífuolía (EVOO)
- 3 matskeiðar hvítvínsedik
- 2 matskeiðar sítrónusafi
- 1/4 tsk salt
- 1/4 tsk pipar
- 1 (6 aura) túnfisksteik, skorin 1 tommu þykk
- Salt
- Malaður svartur pipar
- 1 matskeið EVOO
- 2 bollar rifið blandað salatgrænmeti
- Laufgaðir fennel toppar

LEIÐBEININGAR:

Fyrir salat:

a) Í stórri skál skaltu sameina baunir, tómata, saxaða fennel, rauðlauk, sætur pipar, og niðurskornu fennel toppana; setja til hliðar.

b) Fyrir Vinaigrette:

c) Blandaðu saman 1/4 bolli EVOO, edikinu, sítrónusafanum, 1/4 tsk af salti og pipar í krukku með skrúfu. Lokið og hristið vel.

d) Hellið dressingu yfir baunablönduna; kastaðu varlega til að húða. Látið standa við stofuhita í 30 mínútur.

Fyrir túnfisk:

e) Stráið túnfiski, ef notað er ferskt, með salti og pipar; hita 1 matskeið EVOO yfir miðlungs hátt.

f) Bætið túnfiski út í og eldið í 8 til 12 mínútur eða þar til fiskurinn flagnar auðveldlega með gaffli, snúið einu sinni. Brjótið túnfiskinn í bita.

g) Bætið túnfiski við baunablönduna; kasta til að sameina.

h) Að þjóna:

i) Klæðið framreiðsludisk með salatgrænu, skeiðið baunablöndu yfir grænmetið.

j) Skreytið með fleiri fennel toppum, ef vill.

27.Grillað estragon túnfisksalat

HRÁEFNI:
- 1/2 bolli létt vinaigrette eða ítalsk salatsósa
- 1 tsk. ferskt rifið estragon
- 4 (6 oz. hver) ferskar túnfisksteikur, skornar 1/2 tommu til 3/4 tommu þykkar
- 8 bollar (8 oz.) grænmetisalat
- 1 bolli tómatar (tár, vínber eða kirsuber)
- 1/2 bolli gular paprikulengjur
- 1-3/4 bollar (7 oz.) rifinn Mozzarella & Asiago ostur með ristuðum hvítlauk, skipt

LEIÐBEININGAR:
a) Blandið saman salatsósu og estragon. Skeið 2 matskeiðar dressingu yfir túnfisksteikur.
b) Grillið túnfisk yfir meðalháum kolum í 2 mínútur á hlið eða þar til hann er steiktur að utan en samt mjög bleikur í miðjunni. Forðastu ofeldun til að koma í veg fyrir seigleika.
c) Sameina salatgrænu, tómötum, paprikustrimlum og 1 bolli osti í stórri skál.
d) Bætið restinni af dressingublöndunni saman við; kasta vel.
e) Færið yfir á diska, toppið með túnfiski og stráið restinni af ostinum yfir. Berið fram með pipar.

28. Grillað túnfiskur Nicoise salat

HRÁEFNI:
- 2 matskeiðar kampavínsedik
- 1 matskeið saxað estragon
- 1 tsk Dijon sinnep
- 1 lítill skalottur, smátt saxaður
- 1/2 tsk fínt sjávarsalt
- 1/4 tsk malaður svartur pipar
- 1/4 bolli ólífuolía
- 1 (1 pund) fersk eða frosin og þídd túnfisksteik
- Matreiðslusprey með ólífuolíu
- 1 1/2 pund litlar nýjar kartöflur, soðnar þar til þær eru mjúkar og kældar
- 1/2 pund grænar baunir, snyrtar, soðnar þar til þær eru mjúkar og kældar
- 1 bolli helmingaðir kirsuberjatómatar
- 1/2 bolli rifnar Nicoise ólífur
- 1/2 bolli þunnt sneiddur rauðlaukur
- 1 harðsoðið egg, afhýtt og skorið í báta (má sleppa)

LEIÐBEININGAR:
a) Þeytið saman edik, estragon, Dijon, skalottlaukur, salt og pipar. Þeytið ólífuolíu hægt út í til að búa til vinaigrette.
b) Dreypið 2 matskeiðum af vínaigrettunni yfir túnfisksteikur, hyljið og kælið í 30 mínútur.
c) Spreyið grillið með matreiðsluúða og hitið í miðlungshita. Grillið túnfiskinn þar til hann er soðinn að æskilegum hætti (5 til 7 mínútur á hvorri hlið).
d) Flögu túnfiskinn í stóra bita. Raðið túnfiski, kartöflum, grænum baunum, tómötum, ólífum, lauk og eggi á stórt fat. Berið fram með vínaigrettunni sem eftir er til hliðar.

29. Laufsalat og grillað túnfisksalat

HRÁEFNI:
LIME VINAIGRETTE:
- 6 msk lime safi
- 1,5 msk hvítvínsedik
- 3 msk ólífuolía
- 2 msk sojasósa með minni natríum
- Salt og nýmalaður svartur pipar

TÚNFISKUR:
- 4 túnfisksteikur (4 til 5 oz hver)
- Nonstick eldunarsprey

GRÆNT SALAT:
- 8 bollar blandað Bibb og romaine salat
- 6 stórir takkasveppir (sneiddir)
- 1/4 bolli skorinn laukurlaukur
- 1 stór tómatur (fleygður)
- 1 dós svartar baunir (skolaðar og tæmdar, kaldar)

LEIÐBEININGAR:
a) Útbúið soja-lime vínaigrettuna með því að þeyta limesafa, ediki, ólífuolíu, sojasósu, salti og pipar.
b) Úðið grillristinni með eldunarúða sem er ekki stafur og hitið í meðalhátt. Kryddið túnfiskinn með salti og pipar.
c) Grillið túnfisk í 4-5 mínútur á hvorri hlið. Skerið túnfisk í strimla.
d) Í skál, blandaðu túnfiski, sveppum, rauðlauk og öðru grænmeti saman við helminginn af vínaigrettunni.
e) Í sérstakri salatskál skaltu henda salatinu með vínaigrettunni sem eftir er. Raðið túnfisk- og grænmetisblöndunni ofan á.
f) Valfrjálst: Stráið söxuðum kóríander yfir. Þetta salat er svipað og Black-eyed Pea borið fram eitthvað á þessa leið.

30. Piparðar túnfisksteikur með salati að kóreskum stíl

HRÁEFNI:
SALAT í Kóreönsku:
- 1/2 bolli rifið napa kál
- 1/4 bolli ferskar baunaspírur
- 1 agúrka, afhýdd, fræhreinsuð og skorin í þunnar sneiðar
- 1/4 bolli sojasósa
- 1/4 bolli hrísgrjónaedik
- 1 matskeið hakkað engifer
- 1 matskeið saxaður hvítlaukur
- 1 ferskur chilipipar að eigin vali, saxaður
- 2 matskeiðar kornsykur
- 2 matskeiðar grófsöxuð fersk basilíka
- Salt og pipar eftir smekk

TÚNFISKUR:
- 4 ferskar túnfisksteikur
- 1/4 bolli grófmöluð piparkorn
- 1/2 tsk kosher salt

LEIÐBEININGAR:

a) Blandið saman hvítkáli, baunaspírum og agúrku í meðalstórri skál.

b) Blandið saman sojasósu, ediki, engifer, hvítlauk, chilipipar, sykri, basil, salti og pipar. Þeytið vel saman og bætið svo aðeins nógu miklu út í kálblönduna til að væta. Hrærið vel, hyljið og kælið.

c) Forhitið grillið í hátt. Nuddið túnfiski yfir allt með möluðum piparkornum og stráið salti yfir.

d) Setjið á létt smurt grillpönnu og steikið þar til það er tilbúið að vild, um 6 mínútur á hlið.

e) Dreifið salatinu á 4 diska, toppið hvern með túnfisksteik og berið fram í einu.

31.Steikt ferskt túnfisksalat

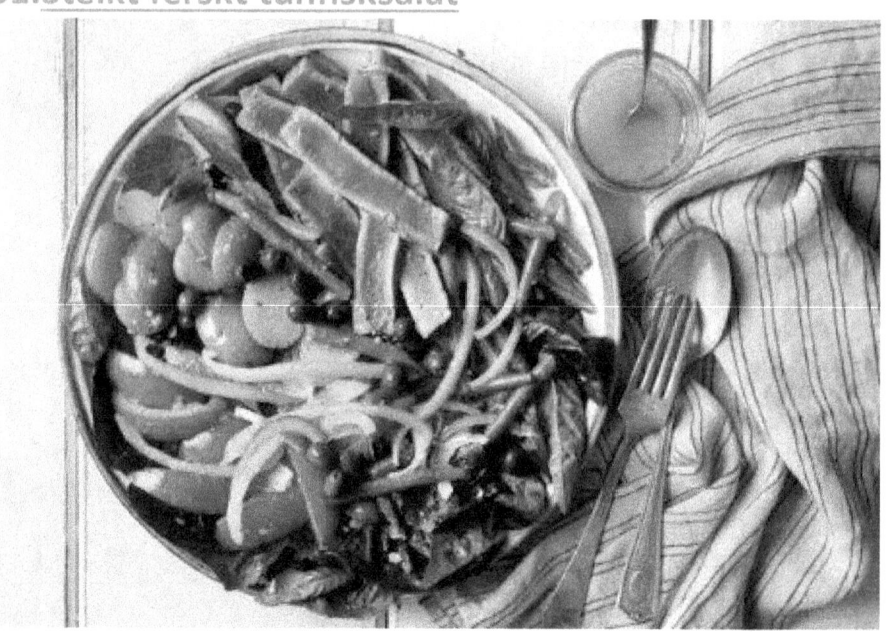

HRÁEFNI:

- 3/4 punda barna- eða rjómakartöflur
- 1/2 pund ferskar grænar baunir
- 2 matskeiðar Dijon sinnep
- 3 matskeiðar rauðvínsedik
- 1 matskeið hvít piparrót
- 2 matskeiðar kjúklingasoð
- 3/4 pund fersk túnfisksteik, 1" þykk
- 2 matskeiðar sesamfræ
- 1 matskeið ólífuolía
- 8 aura ferskt barnagrænt
- 1 þroskaður tómatur, skorinn í 2" teninga
- 1/2 franskt baguette
- 1/2 tsk salt
- 1/2 tsk nýmalaður svartur pipar

LEIÐBEININGAR:
a) Hitið ofninn í 350.
b) Þvoið kartöflur og skerið í 1" teninga.
c) Þvoið og skerið baunir og skerið í 2" bita.
d) Setjið kartöflur í gufubað yfir 3" vatni, hyljið pottinn og hitið vatn að suðu.
e) Látið gufa í 5 mínútur, bætið svo við baunum og haltu áfram að gufa í 5 mínútur í viðbót.
f) Blandið sinnepi og ediki í stóra skál þar til það er slétt. Bætið piparrót og seyði út í og hrærið síðan með gaffli til að blandan verði mjúk.
g) Saltið og piprið, bætið svo kartöflum og baunum út í þegar þær eru soðnar og blandið vel saman.
h) Þvoðu túnfiskinn og þurrkaðu hann með pappírsþurrku, þektu síðan báðar hliðar með sesamfræjum.
i) Forhitið meðalstóra pönnu á miðlungs hátt í 2 mínútur. Bætið við ólífuolíu og steikið túnfiskinn í 2 mínútur á hvorri hlið, saltið síðan og piprið eldaða hliðina.
j) Lokið og takið af hitanum, leyfið síðan að standa í 5 mínútur.
k) Skiptið grænu í tvennt og setjið á diska, skeiðið síðan kartöflum og baunum á salat. Bætið tómötum út í, sneiðið svo túnfiskinn í strimla og raðið ofan á.
l) Hellið afganginum af dressingunni yfir og berið svo fram með baguette.

ALBACORE TÚNFISKSALÖT í dós

32. Albacore Banana Ananas Salat

HRÁEFNI:
- 3 þroskaðir bananar, skornir í teninga
- 1/2 bolli hægeldaður niðursoðinn ananas
- 1 1/2 bollar niðursoðinn albacore túnfiskur
- 1/4 bolli sneið sellerí
- 1/2 tsk salt
- 1 matskeið hakkað súrum gúrkum
- Majónesi til að væta

LEIÐBEININGAR:

a) Blandið bönunum og ananas saman við og bætið síðan flöguðum hvítkáli saman við.

b) Bætið restinni af hráefninu saman við og skreytið síðan með stökku salati og sítrónusneiðum.

33.Albacore pastasalat

HRÁEFNI:
- 4 bollar soðið spíralpasta
- 1 bolli ítalsk salatsósa
- 1 bolli tómatar, skornir í bita
- 1 bolli gúrkur, sneiddar
- 1 bolli svartar ólífur, skornar í teninga
- 1 bolli rauð paprika, skorin í teninga
- 2 bollar salat
- 1 dós albacore túnfiskur

LEIÐBEININGAR:

a) Eldið pasta samkvæmt leiðbeiningum.

b) Tæmið og blandið saman við salatsósu. Kælið í 1 klst.

c) Rífið salat í hæfilega bita og kælið.

d) Blandið grænmeti saman við pasta, hrærið svo túnfiskinum varlega saman við og raðið á salat í skál.

34.Túnfisknúðlusalat

HRÁEFNI:
- 1-2 dósir túnfiskur (hvítur albacore virkar best)
- 2 bollar ósoðið pasta (litlar skeljar eða makkarónur virka frábærlega)
- 1/3 agúrka (hakkað í bita)
- 1/2 meðalstór tómatur (hægeldaður)
- 1 stór gulrót (afhýdd og skorin í litla bita)
- 1/3 bolli sneiðar svartar ólífur
- 1/3 bolli sneiðar grænar ólífur
- 3 sætar dvergur súrum gúrkum (sneiðar þunnt)
- 1/2 lítill laukur (hakkaður eða smátt saxaður)
- 1/2 bolli salatsósa (Miracle Whip eða ekkert nafn)
- Salt og pipar eftir smekk
- Allt annað grænmeti sem þú vilt eða vilt skipta út

LEIÐBEININGAR:

a) Sjóðið pastað (um það bil 10 mínútur).

b) Á meðan pasta er að sjóða, gerðu undirbúningsvinnuna fyrir grænmetið þitt.

c) Tæmið núðlurnar og skolið með köldu vatni þar til pasta er kólnað.

d) Bæta við salatsósu, salti og pipar. Blandið vel saman.

e) Bætið öllu söxuðu grænmeti út í pastað.

f) Bætið túnfisknum út í blönduna. Voilà!

35.Chow Mein túnfisksalat

HRÁEFNI:
KLÆÐINGAR:
- 1/3 bolli af majónesi og sýrðum rjóma (eða grísk jógúrt)
- 1/4 tsk salt (stilla eftir smekk)
- 3/4 tsk hvítlauksduft
- 1/8 tsk svartur pipar

SALAT:
- 1 höfuð ísjakasalat, rifið
- 12 oz albacore túnfiskur, tæmd og skorinn í bita
- 1 bolli frosnar grænar baunir, þiðnar
- 1 dós chow mein núðlur (um það bil 1 hrúgaður bolli)

LEIÐBEININGAR:
a) Hrærið hráefni dressingarinnar og setjið til hliðar.
b) Blandið saman ertum, túnfiski og salati.
c) Hrærið dressingunni saman við.
d) Hrærið loks chow mein núðlunum saman við og berið fram strax!

36. Mostaccioli salat Nicoise

HRÁEFNI:
- 1 pund Mostaccioli eða penne pasta, ósoðið
- 2 pund ferskar grænar baunir, gufusoðnar þar til þær eru mjúkarstökkar
- 2 meðalstórar grænar paprikur, skornar í bita
- 1 pint kirsuberjatómatar, skornir í fjórða
- 2 bollar sneið sellerí
- 1 bolli niðurskorinn grænn laukur
- 10-20 þroskaðar ólífur (Kalamata), skornar í sneiðar (eða eftir smekk)
- 2 (7 aura) dósir vatnspakkaðar hvítur túnfiskur (Albacore), tæmd og flögur

KLÆÐINGAR:
- 1/2 bolli ólífu- eða jurtaolía
- 1/4 bolli rauðvínsedik
- 3 hvítlauksgeirar, saxaðir
- 4 tsk Dijon-stíl sinnep
- 1 tsk hvaða saltlausu kryddjurta sem er
- 1 tsk basil lauf (ferskt eða þurrt)
- 1/4 tsk pipar

LEIÐBEININGAR:
a) Undirbúið pasta eins og pakki segir til um.
b) Á meðan pasta eldast, saxið grænmeti og ólífur, blandið saman við túnfisk í stórri skál.
c) Þeytið saman olíu, edik, hvítlauk, sinnep, kryddjurtakrydd, basil og pipar.
d) Eftir að pasta er tilbúið, hellið af og bætið því við stóru skálina með grænmeti.
e) Hellið dressingu yfir pasta og hrærið til að blandast vel saman.
f) Lokið og kælið þar til bragðefnin blandast saman (um 1-2 klukkustundir, lengur fyrir betra bragð).
g) Hrærið af og til á meðan það kólnar, berið fram og njótið!

37. Hringnúðla og pimentó túnfisksalat

HRÁEFNI:
- 1 kassi litlar hringanúðlur
- 1 krukka pimentos (hakkað)
- 1/2 bolli saxað sellerí
- 1/2 bolli grænn laukur (smá sneið)
- 1 dós albacore túnfiskur (tæmd)
- 1 bolli majónesi

LEIÐBEININGAR:

a) Sjóðið litlar hringnúðlur í söltu vatni þar til þær eru tilbúnar. Tæmið og skolið með köldu vatni þar til það er kólnað.

b) Blandið saman við söxuðum pimentos, sellerí, grænum lauk, tæmdum túnfiski og majónesi.

c) Kælið í kæli og berið fram á romaine laufblaði. Tilvalið í sumarhádegið.

38. Þeytið túnfisksalat

HRÁEFNI:
- 2 dósir af albacore túnfiski í vatni
- 3/4 bolli stór ostur kotasæla (þú getur notað lágfitu)
- 1 tsk dill
- 1 tsk sykur (má sleppa)
- 1 msk Miracle Whip
- Salt og pipar eftir smekk

LEIÐBEININGAR:
a) Blandið öllu hráefninu saman í skál.
b) Blandið vel saman og borðið.
c) Má borða eitt og sér eða í samlokum. Hægt að njóta á matarmiklu þykkskornu brauði eða með heilhveiti kex.

39. Makkarónur túnfisksalat

HRÁEFNI:
- 12 aura niðursoðinn vatnspakkaður albacore túnfiskur, tæmd og flögur
- 8 aura pakki litlar skel makkarónur
- 2 harðsoðin egg, smátt skorin
- 1/4 bolli græn eða rauð paprika, saxuð
- 2 stilkar sellerí, saxaðir
- 1 búnt grænn laukur, saxaður
- 1 bolli frosnar grænar baunir, soðnar og kældar
- 3/4 bolli majónesi
- 2 matskeiðar súrum gúrkum
- 1 tsk salt
- 1 tsk nýmalaður svartur pipar

LEIÐBEININGAR:
a) Eldið makkarónur samkvæmt leiðbeiningum á umbúðum, skolið af og skolið með köldu vatni.
b) Látið makkarónur kólna og bætið svo túnfiski, eggjum, pipar, sellerí, lauk og ertum saman við. Blandið vel saman.
c) Í lítilli skál, blandið saman majónesi, súrum gúrkum, salti og pipar.
d) Bætið majónesblöndunni út í makkarónurnar og blandið vel saman.
e) Setjið í ísskáp í nokkrar klukkustundir áður en það er borið fram.

40. Nakið snjóbaunatúnfisksalat

HRÁEFNI:
- 12 oz Chunk White Albacore túnfiskur
- 1/8 bolli ferskar niðurskornar sætar baunir
- 1 meðalstór greinar Fersk selleríhjörtu
- 1/2 bolli grænn laukur
- 1 bolli steinselja
- 1/2 bolli jicama
- 1 tsk malað kúmen
- 1/4 tsk krydd, cayenne pipar
- 1/4 tsk salt
- 1/2 bolli majónesi

LEIÐBEININGAR:

a) Skellið baununum, sneið síðan sellerí, grænan lauk og jicama í teninga. Hakkað steinselju.

b) Tæmdu tvær dósirnar af túnfiski, blandaðu saman og blandaðu vel saman.

c) Kælið í klukkutíma áður en það er borið fram.

d) Berið fram yfir ferskt grænmeti eða rúllið því upp í umbúðir. Hægt að nota í heitan túnfiskpappír ef þú átt panini pressu.

41. Neptúnus salat

HRÁEFNI:
- 12-14 únsur. Albacore hvítur túnfiskur, tæmd
- 6 sólþurrkaðir tómatar pakkaðir í olíu, saxaðir
- 2 matskeiðar saxuð steinselja
- 1/2 bolli Marzetti® Balsamic dressing, skipt
- 8 aura hreinsuð blandað salatgrænmeti
- 1/2 ensk agúrka, helminguð og skorin í 1/4 tommu sneiðar
- 2 þroskaðir tómatar skornir í 6 báta hvor
- 1 bolli Texas ristað sjávarsalt og pipar Croutons®

LEIÐBEININGAR:

a)   Blandið saman túnfiski, sólþurrkuðum tómötum, steinselju og 2 msk Marzetti® Balsamic Dressing í meðalstórri blöndunarskál.

b)   Blandið saman salatgrænu, agúrku og tómötum í skál. Kasta með Marzetti® Balsamic dressingunni sem eftir er.

c)   Skeið túnfiskblöndu yfir grænmetið og stráið Texas Toast Sea Salt & Pipar brauðonum yfir.

d)   Berið fram.

42. Rjómalöguð pipar og tómat túnfisk salat

HRÁEFNI:
- 2 stórar dósir hvítar, albacore túnfiskur pakkað í vatn, tæmd
- 1/4 steinhreinsaðar kalamata ólífur, tæmdar og saxaðar EÐA 1/4 spænskar drottningarólífur, tæmdar og skornar í sneiðar
- 1/2 rauð paprika, fræhreinsuð og saxuð (eða ristuð rauð paprika)
- 2 msk kapers, tæmd
- 1/4 rauðlaukur, sneiddur
- 2 roma tómatar, saxaðir
- Safi úr sítrónubát
- Majónesi
- 2 tsk Dijon sinnep
- Nýmalaður svartur pipar
- Nokkrir hristingar af Old Bay kryddi

LEIÐBEININGAR:

a) Blandið öllum hráefnum nema majó í stórri blöndunarskál.

b) Bætið við smá majó í einu þar til það nær tilætluðum samkvæmni; það er auðveldara að bæta við en taka í burtu.

c) Kælið þar til borið er fram.

d) Berið fram á grófu frönsku brauði með cheddarosti eða á grænu, laufléttu salati.

e) Ekkert salt þarf þar sem það fær nóg úr ólífum og kapers.

f) Notandi

43. Olio Di Oliva túnfisksalat

HRÁEFNI:
- 1 5-eyri dós Albacore túnfiskur pakkað í vatn
- 1/4 bolli niðurskorinn tómatur
- 1/4 bolli sneið sellerí
- 1/8 bolli niðurskornar Kalamata ólífur
- 1 tsk kapers
- 1/4 tsk þurr basil
- 1/4 tsk þurrt oregano
- 1/4 tsk þurr steinselja
- 1 msk ólífuolía
- 1 1/2 msk rauðvínsedik
- Salt og pipar eftir smekk
- 2 tsk furuhnetur (má sleppa)

LEIÐBEININGAR:
a) Tæmið niðursoðinn túnfisk vel.
b) Setjið í skál og bætið restinni af hráefnunum saman við.
c) Hrærið varlega til að blanda saman.
d) Kældu eða borðaðu strax.

44.Túnfisk Tortellini salat

HRÁEFNI:
- 1 (19-oz.) pakki frosinn ostur tortellini
- 1 (12-oz.) dós albacore túnfiskur, skolaður og tæmdur vel
- 1/4 bolli sneiðar grænar ólífur
- 1/4 bolli sneiðar svartar ólífur
- 1/4 bolli niðurskorin rauð paprika
- 2 matskeiðar saxaður sætur laukur
- 2 matskeiðar saxuð fersk steinselja
- 2 matskeiðar majónesi
- 1 matskeið rauðvínsedik
- 1 tsk herbes de Provence (eða 1 tsk. þurrkað ítalskt krydd)
- 1/4 bolli canola olía
- Salt eftir smekk
- Skreytið: ferskar steinseljukvistar

LEIÐBEININGAR:

a) Eldið tortellini samkvæmt leiðbeiningum á pakkanum; holræsi. Skelltu þér í ísvatn til að stöðva eldunarferlið; tæmdu og settu í stóra skál.

b) Hrærið túnfisknum og næstu 5 hráefnum saman við.

c) Þeytið saman majónesi, rauðvínsedik og herbes de Provence. Bætið olíu saman við í hægum, jöfnum straumi, þeytið stöðugt þar til mjúkt.

d) Hellið tortellini blöndunni yfir og hrærið yfir. Hrærið salti út í eftir smekk.

e) Lokið og kælið í að minnsta kosti 25 mínútur. Skreytið, ef vill.

45. Túnfisksalat í miðbænum

HRÁEFNI:
- 2 dósir tongól eða albacore túnfiskur
- 1 meðalstór laukur, saxaður
- 2 stilkar sellerí, skornir í 1/4" teninga
- 1 egg, þeytt
- 2 msk rjóma sherry
- 1 tsk cajun krydd
- Ólífuolíumajónesi eftir smekk
- 1 msk niðurskorin pimentos, tæmd
- Extra virgin ólífuolía
- Balsamic edik
- 8-10 únsur villt rúlla, skolað

LEIÐBEININGAR:

a) Í litlum potti, steikið laukinn í smá ólífuolíu þar til hann byrjar að mýkjast.

b) Bætið selleríinu út í og steikið áfram þar til laukurinn er alveg mjúkur og aðeins brúnaður.

c) Bætið þeyttu eggi út í og haltu áfram að elda, hrærið þar til eggið er soðið. Taktu af hita.

d) Tæmdu túnfiskinn vandlega og settu hann í meðalstóra skál. Bætið við 2 msk ólífuolíu, sherry, pimentos og Cajun kryddi og blandið síðan saman.

e) Bætið majónesi út í æskilegt rjómastig, en að minnsta kosti 2 msk. Blandið saman við eggja- og laukblönduna.

f) Til að bera fram, skiptið rukkúlunni á 4 forréttadiska. Dreypið ediki og ólífuolíu yfir. Setjið klút af túnfisksalati á hvern.

… ÖNNUR niðursoðin TÚNFISKSALAT

46. Sólþurrkaðir tómatar og túnfisksalat

HRÁEFNI:
- 10 sólþurrkaðir tómatar , mildaðir og skornir í teninga
- extra virgin ólífuolía, 2 matskeiðar
- sítrónusafi, ½ matskeið
- 1 hvítlauksgeiri, saxaður
- smátt skorin steinselja, 3 matskeiðar
- 2 (5 oz) dósir af túnfiski , í flögum
- 2 sellerí rif, smátt skorin
- Klípið lítið natríum salt og pipar

LEIÐBEININGAR:

a) Blandið selleríinu, tómötunum, extra virgin ólífuolíu, hvítlauk, steinselju og sítrónusafa saman við túnfiskinn.

b) Kryddið með pipar og lágnatríumsalti.

47. Ítalskt túnfisksalat

HRÁEFNI:
- 10 sólþurrkaðir tómatar
- 2 (5 oz) túnfiskdósir
- 1-2 sellerí rif, fínt skorið
- 2 matskeiðar af extra virgin ólífuolíu
- 1 hvítlauksgeiri, saxaður
- 3 matskeiðar smátt söxuð steinselja
- 1/2 matskeið sítrónusafi
- Klípið lítið natríum salt og pipar

LEIÐBEININGAR:

a) Undirbúið sólþurrkuðu tómatana með því að mýkja þá í volgu vatni í 30 mínútur þar til þeir eru mjúkir. Þurrkaðu síðan tómatana og saxaðu smátt.

b) Flakið túnfiskinn.

c) Blandið túnfisknum saman við söxuðum tómötum, sellerí, extra virgin ólífuolíu, hvítlauk, steinselju og sítrónusafa. Bætið við lágu natríumsalti og pipar.

48. Asískt túnfisksalat

HRÁEFNI:
- 2 (5 oz.) dósir túnfiskur, tæmd
- ½ bolli rifið rauðkál
- 1 stór rifin gulrætur
- 1 hvítlauksgeiri, saxaður
- 1 tsk rauð chili flögur (má sleppa)
- 1 tsk engifer, rifinn
- 1 tsk ristað sesamolía
- 2 matskeiðar ólífuolía
- 3 matskeiðar hrísgrjónaedik
- 1 tsk sykur
- 2 matskeiðar saxað ferskt kóríander
- 1 rauðlaukur, saxaður
- Salt og svartur pipar eftir smekk

LEIÐBEININGAR:
a) Bætið öllu hráefninu við í salatskál og blandið vel saman.
b) Berið fram með brauði eða á salatbollum.

49.Rómverskt túnfisksalat

HRÁEFNI:
- 1 matskeið sítrónusafi
- 2 sellerí rif, smátt skorin
- 1 hvítlauksgeiri, saxaður
- 3 matskeiðar steinselja
- 2 matskeiðar af extra virgin ólífuolíu
- 10 sólþurrkaðir tómatar , oft settir í volgu vatni og saxaðir
- 10 únsur. túnfiskdós, flöguð
- Klípið lítið natríum salt og pipar

LEIÐBEININGAR:
a) Hellið öllu saman í blöndunarskál.
b) Njóttu.

50.Lágkolvetna forréttur Túnfisksalat

HRÁEFNI:

- 10 sólþurrkaðir tómatar, mjúkir og skornir í teninga
- 2 (5 oz) dósir af túnfiski, í flögum
- 1-2 sellerí rif, fínt skorið
- 2 matskeiðar af extra virgin ólífuolíu
- 1 hvítlauksgeiri, saxaður
- 3 matskeiðar smátt söxuð steinselja
- ½ matskeið sítrónusafi
- Klípið lítið natríum salt og pipar

LEIÐBEININGAR:

a) Blandið túnfisknum saman við söxuðum tómötum, sellerí, extra virgin ólífuolíu, hvítlauk, steinselju og sítrónusafa.

b) Bætið við lágnatríumsalti og pipar.

51.Undirbúningur fyrir túnfisksalat

HRÁEFNI:
- 2 stór egg
- 2 (5 aura) túnfiskdósir í vatni, tæmdar og flögaðar
- ½ bolli fitulaus grísk jógúrt
- ¼ bolli sneið sellerí
- ¼ bolli niðurskorinn rauðlaukur
- 1 matskeið Dijon sinnep
- 1 msk sæt súrum gúrkum (valfrjálst)
- 1 tsk nýkreistur sítrónusafi, eða meira eftir smekk
- ¼ tsk hvítlauksduft
- Kosher salt og nýmalaður svartur pipar, eftir smekk
- 4 Bibb salatblöð
- ½ bolli hráar möndlur
- 1 agúrka, skorin í sneiðar
- 1 epli, sneið

LEIÐBEININGAR:
a) Setjið eggin í stóran pott og hyljið með köldu vatni um 1 tommu. Látið suðuna koma upp og eldið í 1 mínútu. Lokið pottinum með þéttu loki og takið af hitanum; látið sitja í 8 til 10 mínútur. Tæmið vel og látið kólna áður en það er skrælt og helmingað.

b) Í meðalstórri skál skaltu sameina túnfisk, jógúrt, sellerí, lauk, sinnep, relish, sítrónusafa og hvítlauksduft; kryddið með salti og pipar eftir smekk.

c) Skiptu salatblöðum í ílát til undirbúnings máltíðar. Toppið með túnfiskblöndunni og bætið eggjunum, möndlunum, gúrkunni og eplinum við til hliðar. Geymist í kæli í 3 til 4 daga.

52.Kiwi og túnfisk salat

HRÁEFNI:
- 1 dós túnfiskur, tæmd
- 2 kíví, afhýdd og skorin í sneiðar
- 1 lítill rauðlaukur, þunnt skorinn
- 2 matskeiðar ólífuolía
- 1 matskeið balsamik edik
- Salt og pipar eftir smekk
- Blandað salatblöð

LEIÐBEININGAR:
a) Í lítilli skál, þeytið saman ólífuolíu og balsamik edik til að gera dressinguna.
b) Blandið saman túnfiski, kiwi, rauðlauk og blönduðum salatblöðum í stórri skál.
c) Hellið dressingunni yfir salatið og blandið til að hjúpa.
d) Kryddið með salti og pipar eftir smekk.

53. Antipasto túnfisk salat

HRÁEFNI:
- 1/2 bolli hrein jógúrt
- 1/3 bolli majónesi
- 1/4 bolli söxuð basilíka
- 1/4 tsk pipar
- 1/2 ensk agúrka
- 1 paprika
- 2 bollar kirsuberjatómatar; helmingaður
- 1 1/2 bollar bocconcini perlur
- 1/2 bolli grænar ólífur með pimento
- 2 msk tæmd og söxuð súrsuð heit paprika
- 2 dósir túnfiskur, tæmd
- Salat grænt

LEIÐBEININGAR:

a) Blandið saman jógúrt, majónesi, basil og pipar í stóra skál.

b) Blandið vandlega saman.

c) Bætið við gúrku, papriku, tómötum, bocconcini, ólífum og heitri papriku.

d) Kasta til að húða.

e) Hrærið túnfiskinum varlega saman við með gaffli og skiljið hann eftir í hæfilegum bitum.

f) Berið fram ofan á grænmeti.

54. Túnfisksalat með þistilhjörtum og þroskuðum ólífu

HRÁEFNI:
- 2 dósir af léttum túnfiski, tæmdar og flögaðar
- 1 bolli söxuð niðursoðin þistilhjörtu
- 1/4 bolli sneiðar ólífur
- 1/4 bolli saxaður laukur
- 1/3 bolli majó
- 3 hvítlauksgeirar, saxaðir
- 2 tsk sítrónusafi
- 1 1/2 tsk saxað ferskt oregano eða 1/2 tsk þurrkað

LEIÐBEININGAR:
a) Blandið öllu hráefninu saman í meðalstórri skál.
b) Berið fram á salati eða spínati með sneiðum tómötum eða notið til að fylla út holótta tómata eða laufabrauðsskeljar.

55.Hringmakkarónur túnfisksalat

HRÁEFNI:
- 1 (7-únsu) makkarónur úr kassahring, útbúnar samkvæmt leiðbeiningum á kassanum
- 1 (8 1/2 únsa) dós Le Sueur byrjun júní baunir, tæmd (eða 1 bolli Green Giant Select Le Sueur frosnar barnabaunir, þiðnar)
- 1 bolli sellerí, smátt skorið
- 2 (6 aura) túnfiskdósir, tæmdar
- 1/4 bolli laukur, fínt skorinn
- 1 bolli Miracle Whip
- 1 tsk salt (eða minna, notaðu eftir smekk)

LEIÐBEININGAR:
a) Blandið öllu hráefninu varlega saman og geymið í kæli í 2 til 3 klukkustundir.

56. Avókadó salat með túnfiski

HRÁEFNI:

- 2 harðsoðin egg
- 1 avókadó
- 1/2 msk sítrónusafi
- 8 aura túnfiskur
- 3 msk majónesi
- 1/2 bolli laukur, saxaður
- 2 msk dill súrum gúrkum, saxað
- 2 tsk fljótandi heit piparsósa
- 1 1/2 tsk salt
- 1 salat, rifið

LEIÐBEININGAR:

a) Blandið saman harðsoðnum eggjum í skál með avókadó sem stráð er sítrónusafa yfir til að koma í veg fyrir mislitun.

b) Maukið vel með gaffli.

c) Í skál, blandið túnfiski (tæmd) saman við majónesi, söxuðum lauk, söxuðum dill súrum gúrkum, fljótandi heitri piparsósu og salti.

d) Hrærið eggjablöndunni saman við.

e) Berið fram yfir rifnu salati.

57.Barcelona hrísgrjónatúnfisksalat

HRÁEFNI:
- 1/3 bolli ólífuolía
- 1/2 bolli rauðvínsedik
- 1 hvítlauksgeiri, smátt saxaður
- 1/2 tsk salt
- 1 matskeið Dijon sinnep
- 2 1/2 bollar soðin langkorna hrísgrjón
- 5-eyri dós túnfiskur, tæmd
- 1/2 bolli sneiðar grænar ólífur fylltar með pimentos
- 1 rauð paprika, kjarnhreinsuð, fræhreinsuð og skorin í sneiðar
- 1 meðalstór agúrka, afhýdd og saxuð
- 1 tómatur, saxaður
- 1/4 bolli söxuð fersk steinselja

LEIÐBEININGAR:
a) Þeytið saman olíu, edik, hvítlauk, salt og Dijon sinnep í lítilli glerskál.
b) Blandið saman restinni af hráefnunum nema steinseljunni, hellið svo dressingunni út í og hrærið varlega til að blandast saman.
c) Lokið og látið marinerast í kæli, hrærið síðan steinselju út í áður en það er borið fram.

58.Kalt túnfiskpastasalat með Bowtie Mac

HRÁEFNI:
- 1 (32 únsur) poki stór makkarónur með bogabindi
- 6 (6 aura) túnfiskdósir
- 1 búnt sellerí
- 1 lítil agúrka
- 1 rauðlaukur
- 2 dósir af svörtum ólífum
- 1 (10-12 aura) dill súrum gúrkum í krukku
- Majónes (Light Mayo ef þess er óskað)
- Salt & pipar

LEIÐBEININGAR:
a) Sjóðið makkarónur samkvæmt leiðbeiningum.
b) Á meðan þú undirbýr makkarónur skaltu undirbúa önnur innihaldsefni.
c) Skerið sellerí, saxið súrum gúrkum, lauk, ólífum og agúrku.
d) Þegar makkarónur eru tilbúnar skaltu setja í STÓRA skál.
e) Byrjaðu á að nota um það bil helming af makkarónunum og bættu við meira eftir því sem þú vilt.
f) Blandið túnfisknum og restinni af hráefnunum saman við ásamt salti og pipar.
g) Stilltu majóinn að þínum smekk. Njóttu!

59.Túnfisksalat úr svörtum baunum

HRÁEFNI:
- 1 dós túnfiskur, tæmd
- 1 dós af svörtum baunum, tæmd (ekki skoluð)
- 1 tómatur, saxaður
- Tófú (valfrjálst, að eigin vali)
- 1 matskeið (Alouette) hvítlauks- og kryddjurtaostur (eins og frischkäse eða neufchatel)
- 1/4 bolli þungur rjómi
- Blandað salat grænmeti
- Chili olíu dressing (valfrjálst)

LEIÐBEININGAR:
a) Setjið fiskibollur og rjóma í skál.
b) Bætið við túnfiski og svörtum baunum. Blandið létt saman.
c) Örbylgjublöndun í um það bil 2-3 mínútur þar til fiskibollurnar eru bráðnar. Hrærið.
d) Setjið salatgrænt á disk.
e) Skelltu skammti af baunum og túnfiski á mitt salatið.
f) Stráið tómötum yfir og brjótið smá tofu yfir.
g) Bætið dressingu við ef vill. (Prófaðu heimagerða chiliolíudressingu með sesamolíu, sojasósu, hægelduðum ristuðu chili. Hrærið og hellið)
h) Njóttu!

60.Brún hrísgrjón og túnfisk salat

HRÁEFNI:
- 1 1/5 bollar brún hrísgrjón eða önnur langkorna hrísgrjón
- 1/2 bolli balsamik edik
- 250 grömm af gúrkum, óafhýddar, skornar í 1 cm teninga
- 1/2 bolli litlar radísur, helmingaðar
- 1 sellerístilkur, saxaður
- 60 grömm rakettublöð
- 450 grömm túnfiskur í vatni, tæmdur og flögur
- Pipar eftir smekk (ekkert salt þar sem túnfiskur er nú þegar nógu saltaður)

LEIÐBEININGAR:
a) Eldið hrísgrjón samkvæmt leiðbeiningum á pakka, skolið vel af og látið kólna í 10 mínútur.
b) Hrærið balsamik í gegnum hrísgrjón og setjið til hliðar í 15 mín.
c) Bætið öllum öðrum hráefnum við hrísgrjón, bætið pipar eftir smekk, blandið saman.
d) Berið fram með eða á sneiðar af brúnu brauði.

61.Kjúklingabaunatúnfisksalat

HRÁEFNI:
KLÆÐINGAR:
- 1 tsk þurr mynta eða nokkrar ferskar hakkaðar
- 1/2 tsk hvítlauksduft eða notað ferskt eftir smekk
- 1/4 tsk malaður kanill
- 1/2 tsk salt
- 1/3 bolli eplasafi edik
- 1/4 bolli uppáhalds olía

GRÆNTÆTI:
- 1 bolli sneið eða sneið sellerí (þar með talið efstu blöðin)
- 1/2 til 1 heil rauð paprika í teningum
- 8 oz dós sneiðar vatnskastaníur, tæmdar
- 15 oz dós af garbanzo baunum (kjúklingabaunir, ceci), tæmd og skoluð
- 1 bolli þunnt rifinn rauðlaukur
- 1 stór tómatur, skorinn í teninga
- Túnfiskur

LEIÐBEININGAR:
a) Bætið öllu hráefninu í dressinguna saman við og þeytið vel.
b) Blandið öllu grænmeti saman í stóra skál og hellið dressingu yfir.
c) Geymist vel í ísskáp og bragðast vel ef marinerað er í nokkrar klukkustundir.
d) Setjið á beð af grænmeti/salati eða berið fram sem ferska hlið.
e) Bætið við túnfiski í flögum eða grilluðum kjúklingi til að fá meiri afbrigði.

62. Saxað salat með túnfiski

HRÁEFNI:

- 2 matskeiðar hvítvínsedik
- 1/4 tsk salt
- 1/8 tsk nýmalaður svartur pipar
- 1/4 bolli extra virgin ólífuolía
- 1 höfuð romaine salat, saxað í 1" bita
- 1 dós kjúklingabaunir, skolaðar og skolaðar
- 5-eyri dós túnfiskur, tæmd og flögur
- 1/2 bolli svartar ólífur, grófhreinsaðar og skornar í sneiðar
- 1/2 rauðlaukur, skorinn í 1/4" bita
- 2 bollar fersk hrokkin steinselja, gróft söxuð

LEIÐBEININGAR:

a) Setjið edik í stóra salatskál.
b) Saltið og piprið.
c) Bætið olíu hægt út í í jöfnum straumi, þeytið til að fleyti.
d) Bætið restinni af hráefnunum í skálina og blandið vel saman.

63.Klassískt salat Nicoise með túnfiski

HRÁEFNI:

- 115 g grænar baunir (snyrtar og helmingaðar)
- 115g blandað salatblöð
- 1/2 lítil agúrka (þunnt sneið)
- 4 þroskaðir tómatar (í fjórða hluta)
- 50 g niðursoðin ansjósu (tæmd) - valfrjálst
- 4 egg (harðsoðin & fjórðung EÐA soðin)
- 1 lítil dós af túnfiski í saltlegi
- Salt & malaður svartur pipar
- 50g litlar svartar ólífur - valfrjálst

KLÆÐINGAR:

- 4 msk extra virgin ólífuolía
- 2 hvítlauksrif (mulin)
- 1 msk hvítvínsedik

LEIÐBEININGAR:

a) Þeytið saman síðustu 3 hráefnin fyrir dressinguna og kryddið eftir smekk með salti og svörtum pipar, setjið síðan til hliðar.

b) Eldið grænu baunirnar í um það bil 2 mínútur (hvínun) eða þar til þær eru örlítið mjúkar og hellið síðan af.

c) Í stórri skál, blandið saman salatlaufum, gúrku, tómötum, grænum baunum, ansjósum, ólífum og dressingu.

d) Toppið með fjórðu egginu og túnfisknum (svo hann missi ekki lögun).

e) Berið fram strax og njótið!

64.Kúskús kjúklingabauna- og túnfisksalat

HRÁEFNI:
- 2 tsk olía
- 1 punnet kirsuberjatómatar, helmingaðir
- 1 bolli kúskús
- 1 bolli vatn, soðið
- 80 g barnaspínat
- 400 g tæmdar kjúklingabaunir
- 185 g túnfiskur í olíu, tæmdur og flögur
- 90 g fetaostur, mulinn
- 1/3 bolli kalamata ólífur, skornar í sneiðar

KLÆÐINGAR:
- 2 msk ólífuolía
- 1 msk balsamik edik
- 2 msk hlynsíróp

LEIÐBEININGAR:
a) Hitið olíu á meðalstórri pönnu á hátt. Bætið tómötum út í, eldið í 1-2 mínútur þar til þeir eru mjúkir og setjið síðan yfir á disk.
b) Setjið kúskús í stóra skál, hyljið með vatni og setjið til hliðar í um það bil 5 mínútur þar til vökvinn er frásogaður. Húð með gaffli.
c) Dressing: Þeytið allt hráefnið saman í könnu og kryddið eftir smekk.
d) Kastaðu spínati, kjúklingabaunum, túnfiski, feta og ólífum í gegnum kúskúsið ásamt tómötunum og dressingunni.
e) Berið fram með stökku brauði. Njóttu!

65.Túnfisk-, ananas- og mandarínusalat

HRÁEFNI:

- 20 aura dós ananas sneiðar, geymdu 2 msk safa
- 7 aura dós hvítur túnfiskur, tæmd
- 11 aura dós mandarínur appelsínur, tæmd
- 1 meðalstór agúrka, afhýdd og skorin í teninga
- 1/4 bolli saxaður grænn laukur
- Salatblöð til að skreyta diska
- 1 bolli majónesi
- 1 msk sítrónusafi

LEIÐBEININGAR:

a) Tæmdu ananassneiðarnar, geymdu 2 msk. fyrir dressinguna.
b) Í meðalstórri skál, brjótið stóru klumpana af túnfiski í sundur, blandið síðan með appelsínubitunum, gúrkunni og græna lauknum.
c) Klæðið 5 salatdiska með salatlaufum.
d) Skeið túnfiskblöndu yfir salat á diskum.
e) Toppið hvern disk með 2 sneiðum af ananas.
f) Fyrir dressinguna skaltu blanda saman 2 msk. ananassafa með majónesi og sítrónusafa.
g) Dreypið dressingu yfir hvern salatskammt og berið fram strax.

66. Ferskt túnfisk- og ólífusalat

HRÁEFNI:

- 1/2 bolli sneið sellerí
- 1/2 bolli niðurskorinn spænskur laukur
- 1/4 bolli niðurskorin gulrót
- 1/2 lárviðarlauf
- 1/2 bolli þurrt hvítvín
- 2 sítrónubátar
- 1 grein fersk marjoram
- 1 grein ferskt timjan
- 1 pund roðlaus ferskur túnfiskur, snyrtur
- 1/4 bolli niðurskorin rauð paprika
- 1/4 bolli niðurskornar þurrhreinsaðar svartar ólífur
- 3 matskeiðar ólífuolía
- 2 matskeiðar saxað fersk flatlauf steinseljublöð
- 1 1/2 matskeiðar nýkreistur sítrónusafi
- 1 tsk heit sósa
- Salt og nýmalaður svartur pipar

LEIÐBEININGAR:

a) Blandaðu saman 1/4 bolla af selleríinu, 1/4 bolla af lauknum, gulrótinni, lárviðarlaufinu, hvítvíni, sítrónubátum, marjoram, timjan og 1 1/2 bolli af vatni í meðalstórum potti. Látið suðuna koma upp, lækkið síðan hitann til að malla í 5 mínútur.

b) Látið túnfiskinn varlega ofan í vökvann og steikið þar til hann er nýbúinn, um 12 til 15 mínútur. Fjarlægðu túnfiskinn og settu hann til hliðar til að kólna. Þegar það hefur kólnað skaltu brjóta það í stórar flögur.

c) Síið eldunarvökvann í gegnum fínt möskva sigti í annan pott. Fleygðu föstu efninu. Látið suðuna koma upp, minnkað hann niður í 1/4 bolla og næstum sírópríkan (10 til 15 mínútur). Takið af hitanum og látið kólna.

d) Í stórri skál skaltu sameina túnfiskinn, afganginn af 1/4 bolli lauk, rauðum pipar, ólífum, ólífuolíu, steinselju, sítrónusafa, heitri sósu og 2 matskeiðar af minnkaða eldunarvökvanum. Fargið afganginum af eldunarvökvanum.

e) Blandið varlega en vandlega saman og kryddið eftir smekk með salti og pipar.

f) Notið sem samlokufyllingu eða sem salathluti.

67.Túnfisk avókadó sveppir og mangó salat

HRÁEFNI:
- Serena túnfiskdósir (afgreiðsla fer eftir fjölda fólks)
- Smjörsalat
- Sveppir
- Kirsuberjatómatar
- Sætur maís (dós)
- Líbansk agúrka
- Mangó í dós
- Franskur klæðaburður

LEIÐBEININGAR:
a) Þvoið alla framleiðslu og skerið/rífið salat í hæfilega stóra bita.
b) Skerið hin hráefnin að vild.
c) Setjið salatið saman með því að setja salat í skálina, bæta túnfiski jafnt út í, leggið síðan tómötum, sveppum, gúrkum, mangó í lag og dreypið dressingunni yfir.
d) Engin þörf á að henda eða blanda, bera fram eða borða strax. Njóttu!

68. Grískt rófa og kartöflusalat

HRÁEFNI:
- 1/4 bolli salatolía
- 2 matskeiðar gott vínedik eða blanda af ediki & sítrónusafa
- 1/4 tsk þurrt sinnep
- Nýmalaður pipar
- 4 bollar heitsoðnar kartöflur í teningum
- 2 bollar soðnar eða niðursoðnar rófur í teningum
- 1 meðalstór Bermuda laukur, fínt skorinn
- 1 matskeið saxuð kapers
- 1/4 bolli hakkað dill súrum gúrkum
- 1/2 bolli þroskaðar ólífur, skornar í stóra bita
- 1 1/2 bollar af grænum baunum, grænum baunum eða niðursoðnum túnfiski eða laxi (þitt val)
- Skreytið (valfrjálst): ansjósur, grænar eða svartar ólífur, steinseljukvistar

LEIÐBEININGAR:
a) Blandið fyrstu fjórum hráefnunum saman í krukku með skrúfu og hristið kröftuglega til að blandast saman.
b) Hellið rófunum, kartöflunum, lauknum og baunum yfir. Blandið saman, hyljið og kælið yfir nótt.
c) Skömmu áður en borið er fram skaltu bæta við vali af baunum, baunum eða túnfiski eða laxi.

69.Túnfisksalat í grískum stíl

HRÁEFNI:

- 1 bolli orzo, ósoðið
- 1 (6 1/8) dós fastur hvítur túnfiskur, tæmd og flögur
- 2 bollar saxaðir tómatar
- 1/2 bolli mulinn fetaostur
- 1/4 bolli saxaður fjólublár laukur
- 3 matskeiðar þroskaðar ólífur í sneiðar
- 1/2 bolli rauðvínsedik
- 2 matskeiðar vatn
- 2 matskeiðar ólífuolía
- 1 hvítlauksgeiri, saxaður
- 1/2 tsk þurrkuð basil
- 1/2 tsk þurrkað oregano
- Grænt blaða salat (valfrjálst)

LEIÐBEININGAR:

a) Eldið orzo samkvæmt leiðbeiningum á pakka; tæmdu, skolaðu með köldu vatni og tæmdu aftur.

b) Sameina orzo, túnfisk, tómata, feta, lauk og ólífur í stórri skál. Kasta varlega.

c) Blandið ediki, vatni, ólífuolíu, hvítlauk, basil og oregano saman í ílátið á rafmagnsblöndunartæki. Lokið og unnið þar til slétt, hellið síðan yfir pastablönduna og hrærið varlega.

d) Lokið og kælið vandlega. Berið fram á salatblöðum ef vill.

70. Makkarónusalat í Hawaiian stíl

HRÁEFNI:
- 1 kassi makkarónur að eigin vali
- 6 soðin egg
- 1 rifin gulrót
- Viðbótarviðbætur eftir því sem þú vilt (laukur, ólífur, túnfiskur, frosnar smábaunir, fínt saxað sellerí, soðnar rækjur í salatstærð)
- Dressing: 1 bolli majónesi eða meira, 2 msk vatn, 1/2 tsk hrísgrjónaedik, salt og pipar eftir smekk, 1/2 tsk karrýduft (má sleppa), 1/2 tsk paprika (má sleppa), 2 msk mjólk (má sleppa) , 1 matskeið sykur (valfrjálst)

LEIÐBEININGAR:
a) Eldið makkarónur samkvæmt leiðbeiningum á pakka, skolið og kælið.
b) Saxið soðin egg og bætið við makkarónur. Bætið við rifnum gulrótum og öllum viðbótarviðbótum.
c) Blandið öllum hráefnum dressingarinnar saman. Stilltu majónesi eða vatni eftir þörfum.
d) Blandið dressingunni saman við makkarónublönduna, haldið kældum og berið fram.

71.Heilbrigt spergilkál túnfisksalat

HRÁEFNI:
- 1 höfuð spergilkál
- 1 pakki túnfiskur
- 1 dós kjúklingabaunir
- Handfylli vínberutómatar
- Hálfur rauðlaukur
- Ólífuolía
- Sítrónusafi
- Salt/pipar

LEIÐBEININGAR:
a) Þvoið spergilkálið og saxið það í stórar spýtur.
b) Skolið kjúklingabaunir, skolið túnfiskinn af og skerið tómatana í tvennt.
c) Skerið rauðlauk í litla bita.
d) Blandið öllu hráefninu saman og bætið síðan ólífuolíu og sítrónusafa saman við til að hjúpa salatið.
e) Bætið við salti/pipar eftir smekk. Njóttu!

72. Blandað bauna- og túnfisksalat

HRÁEFNI:
- 1 dós Great Northern baunir
- 1 dós niðurskornar grænar baunir
- 1 dós Garbanzo baunir
- 1 dós rauðar nýrnabaunir
- 2 dósir túnfiskur, pakkað í vatn, tæmd
- 1 meðalsætur laukur, gróft saxaður
- 1/2 bolli saxaður appelsínugulur eða gulur pipar
- 2/3 bolli edik
- 1/2 bolli salatolía
- 1/4 bolli Splenda eða sykur
- 1 tsk sellerífræ

LEIÐBEININGAR:

a) Skolið allar baunir vel og blandið þeim saman í stóra skál með söxuðum lauk, túnfiski og söxuðum pipar.

b) Þeytið saman edik, jurtaolíu, sykur og sellerífræ. Hellið yfir grænmetið og hrærið létt.

c) Lokið og kælið í átta klukkustundir eða yfir nótt, hrærið af og til til að blanda saman bragði.

73.Ítalsk Antipasto salatskál

HRÁEFNI:
- 6 aura þistilhjörtu
- 8-3/4 aura dós garbanzo baunir, tæmd
- 8-3/4 aura dós rauðar nýrnabaunir, tæmd
- 6-1/2 únsa getur kveikt túnfisk í vatni, tæmd og flögur
- 1/2 sætur rauðlaukur, þunnt skorinn
- 3 matskeiðar ítalsk salatsósa
- 1/2 bolli sellerí, þunnt sneið
- 6 bollar blandað salat
- 2 aura ansjósur, tæmd
- 3 aura þurr salami, skorin í þunnar strimla
- 2 aura Fontina ostur, skorinn í teninga
- Súrsuð rauð og græn paprika til skrauts

LEIÐBEININGAR:
a) Blandið þistilhjörtu og marineringunni með baunum, túnfiski, lauk og 2 msk dressingu á flöskum.
b) Lokið og kælið í 1 klukkustund eða lengur til að blanda saman bragði.
c) Blandið marineruðu blöndunni létt saman við sellerí og salatgrænu í stórri salatskál.
d) Ef þörf krefur, blandaðu aðeins meiri dressingu á flösku út í.
e) Raðið ansjósum, salami og osti ofan á og skreytið síðan með papriku. Berið fram strax.

74.Japanskt Túnfisk Harusume salat

HRÁEFNI:
- 50 g Harusume núðlur (baunaþráður núðlur/glas vermicelli eða hrísgrjón vermicelli)
- 1 Lítill niðursoðinn túnfiskur
- 1/2 lítil agúrka (þunnt sneið)
- 1 tsk japanskt súrsað engifer (valfrjálst)
- Þangstrimlar (valfrjálst)
- Vorlaukur/skál/grænlaukur (valfrjálst)
- Sesamfræ (valfrjálst)
- Sósa: 1 tsk sesamolía, 2 tsk ljós sojasósa/tamari, 1 tsk mirin, salt eftir smekk

LEIÐBEININGAR:
a) Leggið núðlur í bleyti í soðnu vatni eða heitu vatni þar til þær eru hálfgagnsærar (3-4 mínútur eða 15 mínútur).
b) Stráið salti yfir gúrkusneiðar og leggið til hliðar.
c) Skolið núðlur undir köldu vatni og skolið af. Dreifið niðursoðnum túnfiski yfir núðlur.
d) Bætið við gúrkusneiðum (og súrsuðum engifer ef vill).
e) Hellið sósu yfir núðlurnar, kryddið með salti og pipar og hrærið þar til þær eru vel húðaðar.
f) Skreytið með þangstrimlum, sneiðum vorlauk og sesamfræjum.
g) Berið fram strax.

75. Túnfisk- og ansjósusalat Nicoise

HRÁEFNI:

- 8 litlar rauðar kartöflur (soðnar)
- 2 lbs grænar baunir (hvítar)
- 10 sporöskjulaga kirsuberjatómatar
- 1 lítill fjólublár laukur (þunnt sneið)
- 1/2 bolli ólífur (hreinsaðar)
- 6 harðsoðin egg (í fjórðungi)
- 2 dósir 12 oz hvítur túnfiskur (pakkað í olíu)
- 2 oz ansjósuflök (valfrjálst)
- Dressing: 1 msk Dijon sinnep, 4 msk rauðvínsedik, 1/2 bolli ólífuolía, 1 tsk sykur, 1/2 tsk salt, 1/2 tsk pipar, 1/4 bolli fínsaxað flatlaufsteinselja

LEIÐBEININGAR:

a) Sjóðið kartöflur, fjórðu þær þegar þær eru kældar. Sjóðið og fjórðu egg. Blasaðu baunir og kældu.

b) Þeytið sinnep og edik þar til það er slétt. Bætið ólífuolíu saman við í hægum straumi, þeytið þar til það þykknar. Bætið við sykri, salti, pipar og saxaðri steinselju.

c) Kastaðu salati til að blanda saman, helltu megninu af dressingunni, raðaðu eggjum í kringum réttinn, túnfiski í miðjuna og dreifðu afganginum af dressingunni yfir túnfiskinn og eggin.

76.Afgangur af Mac Salat Í Túnfisk hádegismat

HRÁEFNI:
- 1 q afgangur af makkarónusalat (fjarlægðu salat)
- 1 dós túnfiskur
- 1 bolli vatn
- 1/2 ostur í duftformi
- Pipar
- Kryddað salt

LEIÐBEININGAR:
a) Sjóðið vatn.
b) Bætið túnfiski við.
c) Bætið makkarónusalatinu út í og hrærið vel. Látið suðuna koma aftur upp.
d) Bætið við 1/2 ostapakka.
e) Kryddið með pipar og krydduðu salti eftir smekk.
f) Njóttu!

77. Soðið egg og túnfisksalat

HRÁEFNI:
- 2 pakkar af túnfiski
- 2 harðsoðin egg
- 3 msk majó
- 1/2 msk búgarðsdressing
- 1/2 msk frönsk laukflögudýfa
- 1/2 msk relish (hakkað)
- Dautt af beikonbitum
- Dapur af hvítlauksdufti
- Dash af Cajun kryddi
- Dapur af pipar

LEIÐBEININGAR:
a) Hrærið öllu hráefninu saman í skál.
b) Kældu í 30 mínútur fyrir besta bragðið og samkvæmni.
c) Njóttu þess eitt sér eða á ristuðu brauði.

78. Miðjarðarhafs Túnfiskur Antipasto salat

HRÁEFNI:

- 1 dós baunir (kjúklingabaunir, svarteygðar baunir eða cannellini baunir), skolaðar
- 2 dósir eða pakkar vatnspakkaðir klumpur ljós túnfiskur, tæmd og flögur
- 1 stór rauð paprika, smátt skorin
- 1/2 bolli smátt saxaður rauðlaukur
- 1/2 bolli söxuð fersk steinselja, skipt
- 4 tsk kapers, skolaðar
- 1 1/2 tsk fínt saxað ferskt rósmarín
- 1/2 bolli sítrónusafi, skipt
- 4 matskeiðar extra virgin ólífuolía, skipt
- Nýmalaður pipar eftir smekk
- 1/4 tsk salt
- 8 bollar blandað salatgrænmeti

LEIÐBEININGAR:

a) Sameina baunir, túnfisk, papriku, lauk, steinselju, kapers, rósmarín, 1/4 bolli sítrónusafa og 2 matskeiðar olíu í meðalstórri skál.
b) Kryddið með pipar.
c) Sameina afganginn af 1/4 bolli sítrónusafa, 2 matskeiðar olíu og salti í stórri skál.
d) Bæta við salati grænu; kasta til að klæðast.
e) Skiptið grænmetinu á 4 diska og toppið hvern með túnfisksalatinu.

79. Miðjarðarhafs túnfisksalat

HRÁEFNI:
- Ítalskur túnfiskur pakkaður í ólífuolíu (kaupa í lausu í Costco)
- Um bolla af byggi (þegar soðið)
- Vínberutómatar (saxaðir)
- Kapers
- Svartar hrukkaðar ólífur (hreinsaðar og grófsaxaðar)
- Baby rúlla
- Sítrónusafi
- Extra virgin ólífuolía
- Salt
- Nýmalaður svartur pipar

LEIÐBEININGAR:
a) Blandið öllu hráefninu saman í skál og hrærið varlega.
b) Bættu við eins miklu eða eins litlu og þú vilt af hverjum eftir persónulegum óskum.
c) Berið fram með nokkrum bitum af heilhveiti hrökkbrauði.

80.Hlaðið Nicoise salat

HRÁEFNI:

- 1 haus af romaine salati, rifið í litla bita
- 1 haus af Boston eða Bibb salati
- 2 eða 3 dósir af túnfiski, tæmdar
- 1 dós þistilhjörtu, tæmd
- 1 bolli af vínberutómötum
- 6-8 grænir laukar, hreinsaðir
- 6-8 litlar nýjar rauðar kartöflur, gufusoðnar, skildar eftir í hýðinu
- 1 dós af ansjósuflökum, mjólkuð í bleyti, þurrkuð
- 3/4 pund af ferskum grænum baunum, blanched
- 4 harðsoðin egg, skorin í fjórða
- 2 skalottlaukar, saxaðir
- 1 hvítlauksgeiri, pressaður
- 1,5 tsk af salti
- Nýbrotinn svartur pipar
- 2 msk Dijon sinnep
- 1/3 bolli rauðvínsedik
- 2/3 bolli af mildri extra virgin ólífuolíu
- 3 msk af kapers, tæmd (geymd sem skraut)

LEIÐBEININGAR:

a) Undirbúið salatið samkvæmt leiðbeiningum og tryggið stökkar baunir og mjúkar kartöflur.

b) Gerðu salatdressinguna með því að þeyta skalottlaukur, hvítlauk, sinnep, salt og pipar með ediki.

c) Bætið olíu hægt út í á meðan þeytt er.

d) Kasta soðnum heitum kartöflum með 2 msk af tilbúinni dressingu.

e) Kasta grænum baunum með lítilli matskeið af dressingu.

f) Setjið salatið saman, raðið saman salati, túnfiski, eggjum og fleira. Dreypið dressingu yfir.

g) Skreytið með kapers. Berið fram með afganginum af dressingunni til hliðar.

81.Epla-, trönuberja- og eggjatúnfisksalat

HRÁEFNI:
- 2 litlar dósir af chunky túnfiski í vatni
- 3 stór egg
- 1 lítill eða 1/2 stór gulur laukur
- 2 mjög fullar msk sweet relish
- 1 lítið Granny Smith epli
- 3 msk þurrkuð trönuber
- 3 msk majónesi
- 1 msk kryddað eða brúnt sinnep
- Salt og pipar eftir smekk
- 1 msk sítrónusafi
- 1 tsk steinseljuflögur
- 1/4 tsk paprika

LEIÐBEININGAR:

a) Sjóðið egg í 10 mínútur; kæla, afhýða og skera í teninga.
b) Tæmdu túnfiskvatnið.
c) Kasta túnfiski í blöndunarskál og brjótið það niður með tréskeið, búðu til stóra bita.
d) Afhýðið og kjarnhreinsið eplið, rifið það á gróft rifjárni og bætið í skálina.
e) Saxið laukinn smátt og bætið honum í skálina.
f) Bætið hinum hráefnunum saman við og blandið varlega saman, passið að mauka það ekki.
g) Látið standa í 10-15 mínútur í ísskáp.
h) Berið fram með fersku brauði eða á salatblaði.

82. Pasta salat með grilluðum túnfiski og tómötum

HRÁEFNI:
- 8 plómutómatar, um 1 1/4 pund alls, helmingaðir langsum
- 2 msk. auk 1/2 bolli ólífuolíu
- Salt og nýmalaður pipar, eftir smekk
- 1 pund pastaskeljar
- 2 pund túnfiskflök, hvert um sig um 3/4 tommu þykkt
- 1 bolli lauslega pakkuð fersk basilíkublöð
- 3 msk. rauðvínsedik
- 1 pund ferskur mozzarellaostur, smátt skorinn
- 1/4 bolli söxuð fersk flatblaða steinselja

LEIÐBEININGAR:

a) Forhitið ofn í 450°F. Undirbúið heitan eld í grilli.

b) Setjið tómatana á ofnplötu og blandið með 1 msk. af ólífuolíunni. Raðið þeim, skerið með hliðunum upp, á blaðið og kryddið með salti. Steikið þar til mjúkt, um 20 mínútur. Látið kólna og skerið síðan í tvennt þversum.

c) Á meðan skaltu sjóða stóran pott sem er þrír/fjórðu fullur af söltu vatni við háan hita. Bætið pastanu út í og eldið þar til það er al dente (meðsamt en stíft), um 10 mínútur. Tæmdu, skolaðu undir köldu rennandi vatni og tæmdu aftur. Setja til hliðar.

d) Penslið báðar hliðar túnfiskflökanna með 1 msk. af olíunni. Kryddið vel með salti og pipar. Settu á grillgrindina 4 til 6 tommur fyrir ofan eldinn og grillaðu þar til það er léttbrúnt, um það bil 3 mínútur. Snúðu og eldaðu í 3 til 4 mínútur í viðbót fyrir miðlungs, eða þar til þú vilt. Færið yfir á skurðbretti, látið kólna og skerið í 3/4 tommu teninga.

e) Í matvinnsluvél eða blandara, blandaðu saman basilíkublöðunum og 1/2 bolli olíu sem eftir er. Púlsaðu eða blandaðu þar til það er saxað í gróft mauk. Bætið ediki út í og kryddið með salti og pipar. Púlsaðu eða blandaðu þar til blandast saman.

f) Blandið saman pasta, tómötum og uppsöfnuðum safa, túnfiski, mozzarella, steinselju og basildressingu í stórri skál.

g) Hrærið varlega og berið fram. Þjónar 8.

83. Penne salat með þremur kryddjurtum, kapers og túnfiski

HRÁEFNI:
- 6 aura dós ólífuolíupakkaður túnfiskur, tæmd
- 1-1/2 tsk salt
- 1/2 pund penne pasta
- 2 matskeiðar ferskur sítrónusafi
- 2 matskeiðar extra virgin ólífuolía
- 1/2 tsk nýmalaður pipar
- 1/4 bolli söxuð fersk flatblaða steinselja
- 1/4 bolli söxuð fersk basilíka
- 1/4 bolli hakkað ferskt kóríander
- 2 tsk kapers, skolaðar og tæmdar

LEIÐBEININGAR:

a)   Setjið túnfiskinn í litla skál, brjótið í flögur með gaffli og setjið til hliðar.

b)   Hitið stóran pott fylltan af vatni til að sjóða.

c)   Bætið penne og 1 teskeið af salti út í, eldið síðan þar til al dente, um 12 mínútur. Tæmið og færið yfir í stóra skál.

d)   Bætið við sítrónusafa, ólífuolíu, salti og pipar sem eftir er og blandið síðan til að hjúpa.

e)   Bætið túnfiski, steinselju, basil, kóríander og kapers saman við og blandið varlega saman við.

f)   Smakkið til og stillið kryddið, hyljið síðan og kælið í kæli í um 1 klukkustund.

g)   Berið fram við stofuhita.

84. Bauna-, hýðishrísgrjóna- og túnfisksalat

HRÁEFNI:
- 1 dós rauðar nýrnabaunir
- 1 dós cannellini baunir
- 1 dós góður vatnspakkaður túnfiskur
- 1 1/2 bollar eða svo soðin al dente brún hrísgrjón, kæld
- Safi úr hálfri stórri sítrónu
- 2 matskeiðar söxuð fersk basilíka
- Salt og pipar eftir smekk

LEIÐBEININGAR:

a) Tæmið og skolið baunir, blandið saman við tæmd túnfisk í meðalstórri skál.

b) Bætið soðnum hrísgrjónum við.

c) Þeytið sítrónusafa, basil, salt og pipar í smá fat.

d) Þeytið yfir og blandið saman til að hjúpa — ekki mylja baunirnar!

e) Og þú ert búinn, vinur.

85. Kartöflusalat með túnfiski

HRÁEFNI:
- 5-6 kartöflur
- 1 dós túnfiskur
- 1 bolli majónesi
- 1 matskeið ólífuolía
- 2 matskeiðar fínt saxaður vorlaukur og steinselja
- Sítrónusafi (valfrjálst)
- Salt og svartur pipar eftir smekk

LEIÐBEININGAR:

a) Skolið kartöflurnar og eldið þær í vatni og salti.

b) Flysjið soðnu kartöflurnar og skerið þær í litla bita.

c) Setjið kartöflurnar í skál og bætið túnfiskinum út í sem áður var tæmd.

d) Bætið majónesinu, olíunni, lauknum, steinseljunni, sítrónusafanum, salti og pipar út í eftir smekk.

e) Blandið öllu hráefninu vel saman, hyljið skálina með plastfilmu og geymið hana í kæli þar til hún er borin fram.

86. Gamaldags túnfisksalat

HRÁEFNI:
- 1 12-oz dós létt túnfiskur; kæld, tæmd vel
- 1/4 bolli fínt skorið sellerí
- 2 matskeiðar fínt saxaður laukurlaukur
- 1 matskeið fínt skorinn laukur
- 2 matskeiðar fínt skorið brauð og smjörsúrur
- 1 matskeið fínt skornar sætar agúrkur
- 1 smátt skorið harðsoðið egg
- 3 matskeiðar majónesi
- 1/3 tsk grófmalað sinnep
- 1 msk brauð & smjör súrum gúrkum safa
- 1 tsk ferskur sítrónusafi
- 1/4 tsk sellerísalt
- 1/8 tsk nýmalaður svartur pipar
- 1/8 tsk þurrkuð timjanblöð

LEIÐBEININGAR:
a) Tæmdu vandlega og flögðu alla bita í túnfiskinum.
b) Skerið í teninga og blandið saman selleríinu, rauðlauknum, lauknum, brauð- og smjörsúrkunum og sætum gúrkum þar til það er vel blandað saman.
c) Hrærið grænmetisblöndunni saman við túnfiskinn.
d) Bætið harðsoðnu egginu í bita saman við og blandið blöndunni saman þar til öll aukaefnin eru jafndreifð.
e) Blandið öllu því sem eftir er af dressingunni saman í skál. Smakkið til og stillið krydd.
f) Blandið dressingunni varlega saman við túnfiskinn þar til salatið er vel blandað og einsleitt.
g) Geymið vel þakið í kæli þar til það er tilbúið til notkunar í salöt eða samlokur.

87. Risotto hrísgrjónasalat með þistilhjörtum, ertum og túnfiski

HRÁEFNI:
- 1 bolli DeLallo Arborio hrísgrjón
- 1 (5,6 aura) dós Innfluttur ítalskur túnfiskur pakkaður í ólífuolíu, geymdu olíuna
- 1 (12 únsa) krukka DeLallo marineruð þistilhjörtu, í fjórða hluta (geymdu vökvann)
- 6 aura frosnar grænar baunir, þiðnar
- Börkur af 1 sítrónu
- 2 matskeiðar söxuð basil
- Salt og pipar

LEIÐBEININGAR:

a) Látið suðu koma upp í stórum potti af söltu vatni og bætið síðan risottonum út í. Hrærið og eldið hrísgrjónin fyrir al dente áferð, um 12 mínútur.

b) Tæmið hrísgrjónin í sigti og skolið í köldu vatni til að fjarlægja umfram sterkju. Tæmið mjög vel og látið kólna.

c) Þegar risottoið hefur kólnað skaltu setja það í stóra blöndunarskál. Hrærið túnfiski, ætiþistlum og ertum saman við. Vertu viss um að bæta við olíunni af túnfisknum og marineringunni af ætiþistlinum til að búa til dressinguna.

d) Blandið sítrónuberki og ferskri basilíku saman við. Salt og pipar eftir smekk.

e) Berið fram kalt.

88. Sweet N Nutty Tuna Salat

HRÁEFNI:
- 2 matskeiðar saxaðar pekanhnetur, valhnetur eða möndlur
- 10 rauð frælaus vínber, skorin í fjórða
- 2 matskeiðar niðurskorinn rauðlaukur
- 1 dós túnfiskur
- 1/2 bolli Miracle Whip eða Mayo

LEIÐBEININGAR:
a) Blandið öllu hráefninu saman og njótið!

89.Tuna Mac Salat

HRÁEFNI:
- 7 oz olnboga mac, soðin, tæmd
- 1/2 bolli saxað sellerí
- 1/4 bolli saxaður laukur
- 1/4 bolli saxaður grænn pipar
- 1-1/2 bollar frosnar blandaðar baunir og gulrætur, þiðnar
- 1 matskeið dill súrum gúrkum safa
- 1-1/2 tsk salt
- 1-6-1/2 oz dós túnfiskur, tæmd og flögur
- 3/4 bolli salatsósa í samloku

LEIÐBEININGAR:

a) Blandið dressingunni saman í skálinni, bætið svo restinni út í og blandið saman.

90.Tangy N Tart túnfisksalat

HRÁEFNI:
- 3 aura túnfiskur pakkað í vatni, tæmd
- 1 matskeið þurrkuð sykruð trönuber
- 1/4 sellerí rif, smátt saxað
- 2 matskeiðar fitulaus Miracle Whip
- 1/2 tsk svartur pipar
- 1 tsk tilbúið sinnep

LEIÐBEININGAR:

a) Blandið öllu hráefninu saman í skál, blandið þar til það hefur blandast vel saman.

b) Berið fram yfir pasta, í pítum, á salati eða í umbúðum!

91. Fitulítið ítalskt túnfisksalat

HRÁEFNI:
- 1 dós 5 oz klumpur ljós túnfiskur, tæmd
- 1 msk balsamik edik (stilla eftir smekk)
- 1 tsk ferskur sítrónusafi
- 1 tsk sítrónubörkur
- 1 matskeið kapers
- Salt og pipar eftir smekk
- 1 bolli salat, rifið í smærri bita
- 1/2 meðalstór tómatur, skorinn í tvennt og skorinn í sneiðar
- 1/2 meðalstór agúrka, afhýdd og skorin í sneiðar og aftur skorin í tvennt

LEIÐBEININGAR:
a) Blandið saman túnfiski og næstu fimm hráefnum.
b) Skeið túnfisksalati yfir salat, tómata og gúrkur.
c) Blandið öllu hráefninu létt saman og berið fram.

92. Túnfiskspínat salat

HRÁEFNI:
- 1 dós af hvítum túnfiski
- 1 poki af ferskum spínatlaufum
- 1 dós af maís
- Hvítur ostur (má skipta út fyrir cheddar)
- 2 ferskir tómatar (eða bakki af kirsuberjatómötum)
- Ólífuolía
- Edik
- Salt & pipar

LEIÐBEININGAR:

a) Þvoðu spínatblöðin og settu þau í stóra skál.
b) Bætið túnfisknum, maísnum (vökvi fjarlægður).
c) Bætið við ostinum skornum í teninga og tómötum skornum í fernt (ef kirsuberjatómatar, skerið þá í tvennt).
d) Bæta við salti, ediki og ólífuolíu (endilega í þessari röð).
e) Bætið við pipar ef vill.
f) Þú getur líka bætt við rúsínum og avókadó, mjög Miðjarðarhafs.

93.Túnfiskur Pipar Pasta Salat

HRÁEFNI:
- 2 matskeiðar fitulaus jógúrt
- 2 matskeiðar söxuð fersk basilíka
- 2 matskeiðar vatn
- 1 1/2 tsk sítrónusafi
- 1 hvítlauksgeiri, saxaður
- Nýmalaður pipar (eftir smekk)
- 2/3 bolli ristuð rauð paprika, saxuð og skipt
- 1/2 bolli smátt saxaður rauðlaukur
- 4 oz klumpur ljós túnfiskur í vatni, tæmd
- 4 oz spergilkál, gufusoðinn þar til hann er stökkur og hneykslaður
- 6 aura heilhveiti penne, soðin og tæmd

LEIÐBEININGAR:
a) Blandið jógúrt, basil, vatni, sítrónusafa, hvítlauk, salti, pipar og 1/3 bolli af rauðri papriku sem eftir er í blandara, maukið þar til það er slétt.
b) Í stórri skál, blandaðu saman afganginum af papriku, lauk, túnfiski, spergilkáli og pasta.
c) Bætið piparsósunni út í og blandið vel saman. Kælið áður en það er borið fram.

94.Túnfiskur eplasalat

HRÁEFNI:
- 6 aura túnfiskur í vatni, vel tæmd
- 1 meðalstórt Granny Smith epli, kjarnhreinsað, afhýtt og saxað í mjög litla bita
- 1/4 bolli dill súrum gúrkum yndi
- 1/8 tsk salt
- 8 aura venjuleg jógúrt

LEIÐBEININGAR:
a) Blandið öllu hráefninu saman og kælið síðan í 2 klst.
b) Berið fram yfir grænmeti.

95. Túnfisk avókadó og 4 bauna pasta salat

HRÁEFNI:
- 400 g dós túnfiskur, tæmd
- 300 g dós 4 baunablöndu, tæmd
- 1 meðalstór tómatur, saxaður
- 1 avókadó, fræhreinsað, afhýtt og skorið í teninga
- 100 g pasta, ósoðið
- 1 lítill rauðlaukur, smátt skorinn (má sleppa)

LEIÐBEININGAR:

a) Í potti, eldið pasta samkvæmt leiðbeiningum á pakka þar til það er aðeins meyrt. Tæmið pasta og setjið til hliðar.

b) Á meðan, undirbúið allt grænmetið, síðan í stóra salatskál, blandið öllu hráefninu vandlega saman og bætið pasta við. Hrærið í gegnum.

c) Saltið og piprið salatið að vild og berið fram eins fljótt og hægt er.

96.Túnfiskur Orzo salat

HRÁEFNI:

- 3 bollar kjúklingasoð
- 1 bolli orzo
- 1/4 bolli rauðvínsedik
- Salt og pipar eftir smekk
- 2 (6 oz) dósir ólífuolíupakkaður túnfiskur, tæmd og olía geymd
- 1 (15 oz) dós kjúklingabaunir, tæmd
- 1 bolli vínberutómatar, skornir í tvennt
- 1 gul eða rauð paprika, skorin í teninga
- Hálfur rauðlaukur, smátt skorinn
- 1/2 bolli fersk basilíka, saxuð
- 1/2 bolli mulinn fetaostur

LEIÐBEININGAR:

a) Látið suðuna koma upp í potti og bætið orzo saman við. Eldið þar til al dente, hellið síðan af og látið kólna aðeins.
b) Kryddið rauðvínsedikið í stórri skál með salti og pipar. Blandið þar til saltið leysist upp.
c) Þeytið í frátekinni olíu úr túnfisknum, bætið síðan soðnu orzo og blandið saman.
d) Bætið kjúklingabaunum, vínberutómötum, papriku, rauðlauk og basilíku við orzoblönduna.
e) Brjótið túnfiskinn í sundur og bætið honum ásamt molna fetaostinum út í salatið. Hrærið varlega til að blanda saman.
f) Berið fram túnfisk-orzo-salatið og íhugið að bæta við léttum skvettu af balsamikediki.

97.Túnfisk tómat og avókadó salat

HRÁEFNI:
- 2 (6 aura) túnfiskdósir
- 1 tómatur, fræhreinsaður og skorinn í teninga
- 2 avókadó, 1 í teningum, 1 maukað
- 1 hvítlauksgeiri
- 1 msk hvítvínsedik
- Dautt af cayenne pipar
- Dapur af salti
- Dapur af svörtum pipar

LEIÐBEININGAR:

a) Maukið eitt avókadó með hvítlauk, ediki, cayenne, salti og svörtum pipar.

b) Tæmdu túnfiskinn og blandaðu honum saman við maukið, hægelduðum tómötum og hinu skornu avókadóinu.

98.Túnfisk Waldorf salat með eplum

HRÁEFNI:
- 1 dós (5 oz) hvítur túnfiskur í vatni
- 1/4 stór pera (eða epli)
- 1/4 bolli (1 oz) saxaðar valhnetur, hráar (ristaðar ef þú vilt)
- 1/4 bolli rauðlaukur, sneiddur
- 2 msk fituskert majónesi
- 1 msk sítrónusafi
- 2 salatblöð til framreiðslu

LEIÐBEININGAR:
a) Tæmið túnfiskinn.
b) Saxið laukinn, peruna (eða epli) og valhnetur.
c) Blandið majónesi og sítrónusafa saman við.
d) Blandið öllu hráefninu saman í skál og blandið vel saman.
e) Kældu salatið áður en það er borið fram og berið fram á salatblaði.

99.Túnfisk- og kjúklingasalat með pestói

HRÁEFNI:
- 2 dósir (15,5 oz hver) kjúklingabaunir, gróft saxaðar
- 1 krukka (12 oz) ristuð rauð paprika, tæmd og þunnar sneiðar
- 24 svartar ólífur, grófhreinsaðar og saxaðar
- 2 stilkar sellerí, þykkar sneiðar
- 3 dósir (6 oz hver) túnfiskur, tæmd
- 5 msk verslunarkeypt pestó
- 1/2 tsk kosher salt
- 1/4 tsk svartur pipar

LEIÐBEININGAR:

a) Í stórri skál skaltu sameina kjúklingabaunir, rauð papriku, ólífur, sellerí, túnfisk, pestó, salt og svartan pipar.

b) Hrærið hráefninu saman. Það er það!

100.Ziti túnfisk salat

HRÁEFNI:
- 3/4 lb ziti eða annað pasta
- 1 dós túnfiskur, tæmd og maukaður
- Grænar og svartar ólífur, eftir smekk
- 1 rauð paprika, söxuð
- 4 msk ólífuolía
- 1 msk hvítt edik
- 2 harðsoðin egg, skorin í fjórða
- 1 stór tómatur, skorinn í sneiðar

LEIÐBEININGAR:
a) Eldið pasta, skolið af og kælið.
b) Blandið saman túnfiski, ólífum og rauðum pipar.
c) Blandið pastanu saman við og bætið við olíu og ediki.
d) Setjið á fat með eggjum og tómötum.

NIÐURSTAÐA

Þegar við ljúkum bragðmiklu ferðalagi okkar í gegnum "ENDALA TÚN FISK SALATIÐ," vonum við að þú hafir upplifað gleðina við að breyta einföldum rétti í matreiðslumeistaraverk. Hver uppskrift á þessum síðum er tilefni af fjölhæfni, sköpunargáfu og ljúffengi sem hægt er að ná með hágæða túnfiski og snertingu af matreiðslu ímyndunarafli.

Hvort sem þú hefur smakkað sköpunarverkið sem er innblásið af Miðjarðarhafinu, dekrað við bragðið frá Austurlöndum fjær, eða tekið á móti ljúffengum og próteinpökkuðum afbrigðum, treystum við því að þessar 100 uppskriftir hafi opnað augu þín fyrir heimi möguleikanna á sviði túnfisksalats . Fyrir utan innihaldsefnin og tæknina, megi hugmyndin um hækkuð túnfisksalöt verða uppspretta innblásturs, sem gerir eldhúsið þitt að miðstöð frumlegrar og dýrindis sköpunar.

Þegar þú heldur áfram að kanna fjölbreyttan heim túnfisksalats, megi "ENDALA TÚN FISK SALATIÐ" vera traustur félagi þinn og leiðbeina þér í gegnum margs konar einstaka valkosti sem færa spennu og bragð á borðið þitt. Hér er að endurskilgreina listina að túnfisksalati og njóta 100 einstakra sköpunarverka sem lyfta smekk þínum og matarupplifun!

www.ingramcontent.com/pod-product-compliance
Lightning Source LLC
Chambersburg PA
CBHW071852110526
44591CB00011B/1382